కథలు
రాయడమెలా?..

రచన:

శొంఠి కృష్ణమూర్తి

 నవచేతన పబ్లిషింగ్ హౌస్

KATHALU RAYADAMELA?

- Sonti Krishna Murthy

ప్రచురణ నెం. : 471/12R2

ప్రతులు : 1000

ద్వితీయ ముద్రణ : జూన్, 2021

వెల: ₹ 80/-

ప్రతులకు:

నవచేతన పబ్లిషింగ్ హౌస్

12-1-493/VA

గిరిప్రసాద్ భవన్, బండ్లగూడ(నాగోల్), జి.ఎస్.ఐ. పోస్ట్

హైదరాబాద్-500068. తెలంగాణ.

ఫోన్: 040-29884453/54.

E-mail: navachethanaph@gmail.com

Website: www.navachethanabooks.com

నవచేతన బుక్ హౌస్

బ్యాంక్ స్ట్రీట్ (అబిడ్స్), కొండాపూర్,

హిమాయత్‌నగర్, బండ్లగూడ(నాగోల్)-హైదరాబాద్.

హన్మకొండ.

ముద్రణ : **నవచేతన ప్రింటింగ్ ప్రెస్**, హైదరాబాద్.

మా మాట:

కథలకు తొట్టతొలి సిద్ధాంత గ్రంథం

ప్రపంచంలో వంటలు చేస్తున్న వాళ్ళంతా "వంటలు చెయ్యడం ఎలా" అన్న పుస్తకం చదివి చేస్తున్నారనడం హాస్యాస్పదం. అలాగే వ్యాకరణం నేర్చుకోకుండా మాట్లాడ్డం, రాయడం రాదనటం కూడానూ... మనుషులు మాట్లాడుతున్న, రాస్తున్న భాషను ఆధారం చేసుకొనే వ్యాకరణజ్ఞులు వ్యాకరణ సూత్రాలు రాస్తారు. అందుకే "ప్రయోగ శరణంవయ్యాకరణం" అంటారు. ఆయా రంగాల్లో వాళ్ళ వాళ్ళ అనుభవాల్నుంచి సిద్ధాంతాలు పుస్తకరూపం దాలుస్తాయి. అయితే సిద్ధాంత గ్రంథాలు చదవడం - వాళ్ళ ప్రయోగాలకు మరింత బలం చేకూరుస్తుంది. అసలు సిద్ధాంతాలే చదవక్కర్లేదు అని అనడం శుద్ధ అనుభవ రాహిత్యం.

అలాగే కథకులు కూడా - కథా రచన చేసేవాళ్ళు తాము చూసిన ఘటనకు స్పందించి ఓ నిర్మాణ రూపం ఇవ్వడానికి ప్రయత్నిస్తారు. అలా వచ్చిన చాలా కథలను పరిశీలించి, విశ్లేషించి, వివరించి - సందర్భాలకు అన్వయించి సూత్రబద్ధం చేసిందే సిద్ధాంత గ్రంథం. అదే ఈ "కథలు రాయడం ఎలా"?అన్నది.

1955లో యశోధర ప్రచురణలుగా వరంగల్ వారు మొదటిసారి దీన్ని ప్రకటించారు. శౌంఠి కృష్ణమూర్తి గారు 1945 నుంచీ కథలు రాస్తున్నారు. (1925-1991). తన కాలంలో వచ్చిన అనేకుల కథలను చదివారు. కథా రచనలో ప్రసిద్ధులు చేసిన రకరకాల ప్రయోగాలను ఆకళింపుచేసుకున్నారు. ఓ ఘటనను కథకుడు ఎలా కథారూపంగా మలుస్తాడో అధ్యయనం చేశాడు. భాషను ఉపయోగించే పద్ధతినీ, పాఠకుల మనస్సులకు హత్తుకునేలా నిర్మించిన తీరు తెన్నులనూ, తమ భావాలను జనం దగ్గరికి తీసికెళ్ళేమార్గంలో కథకులు ఉపయోగించిన తమ తమ నైపుణ్యాలనూ అంచనా వేశాడు. తన దృష్టిలో ఏది

సరైందని భావించాడో దాన్ని తన సూచనగా గ్రంథంలో పొందుపర్చాడు. కథల గురించీ కథల నిర్వచనాల గురించి జాతీయ, అంతర్జాతీయ కథకుల అభిప్రాయాలను పొందుపర్చడం ద్వారా ఈ గ్రంథానికొక సాధికారికతను కృష్ణమూర్తి సంతరించాడు. ఓ ప్రసిద్ధ కథను తీసుకొని వింగడిస్తూ ఓ “లెసన్‌ప్లాన్”ను కూడా చేర్చాడు.

తెలుగులో ఇలాంటి గ్రంథం 1955 నాటికి – ఇది తప్ప మరోటి ఉన్న దాఖలాలు లేవు. కానీ... 1944లో మహమ్మద్ ఖాసీంఖాన్ కథానిక రచన అన్న చిన్న గ్రంథాన్ని తీసుకొచ్చారు. అయితే దీని తరహా వేరు...

తర్వాత మరోరకంగా ఒకటి రెండు గ్రంథాలొచ్చాయి. అందుకే ముందుమాటల్లో కొడవటిగంటి, కాళోజీలు దీని ప్రాశస్త్యాన్నీ ప్రాథమ్యాన్నీ, ఆవశ్యకతనూ వివరించారు. ఆ రకంగా ఇలాంటి గ్రంథాల కోవలో మొట్ట మొదటి గ్రంథంగా – అదీ తెలంగాణ గడ్డనుండి రావడం – అదీ గాక, నేటి తరం ఈ కథకుడ్ని మరచిన సందర్భంలో దీన్ని ప్రచురించే అవకాశం ‘నవచేతన పబ్లిషింగ్ హౌస్’కు కలగడం – మాకు చాలా సంతోషదాయకం. అంతేగాక ఈ మధ్య అ.ర.సం; వి.ర.సం; అనేక ఇతర సాహితీ సంస్థలు ‘కథల వర్క్‌షాప్’లను నిర్వహిస్తున్నాయి. అందులో దీని అవసరం బాగా ఉంటుంది.

శాంతి కృష్ణమూర్తి గారి కథలను కూడా త్వరలో రెండు సంపుటులుగా అందించే ప్రయత్నంలో ఉన్నాం. కాళోజీ దృష్టిలో వీరు సుమారు 200 కథలు రాశారు. కృష్ణమూర్తిగారు తాము ప్రకటించిన కథా సంపుటాలలోని కథలనే కాక ఆనాటి వివిధ పత్రికల్లో వచ్చిన అనేక కథలనూ సేకరించడం జరిగింది. ఈ పని మిత్రులు యామిజాల ఆనంద్‌గారి కృషివల్లే సాధ్యమైంది. కృష్ణమూర్తి గారి వారసుల అంగీకారం కూడా మాకు ఉత్సాహాన్నిచ్చింది. వీరందరికీ **‘నవచేతన పబ్లిషింగ్ హౌస్’** కృతజ్ఞతలు తెల్పుతోంది.

ఈ గ్రంథాన్ని గురించి పలు పత్రికల్లో ప్రముఖులు ప్రకటించిన అభిప్రాయాలను పాఠకుల సౌకర్యార్థం అనుబంధంలో చేర్చాం. ఎప్పటిలాగే ఈ ప్రచురణనూ పాఠకులు స్వాగతించి ‘నవచేతన పబ్లిషింగ్ హౌస్’ ను అభిమానిస్తారని ఆశిస్తాం.

సెప్టెంబర్ **– ఏటుకూరి ప్రసాద్**

2016 సంపాదకుడు నవచేతన పబ్లిషింగ్ హౌస్

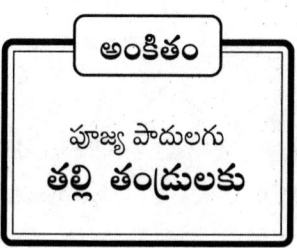

అంకితం

పూజ్య పాదులగు
తల్లి తండ్రులకు

విషయ సూచిక

గ్రంథపరిచయం

— కొడవటిగంటి కుటుంబరావు

ఈ పుస్తకం కథకులు కాగోరే వారికి ఉపయుక్తంగా ఉండటానికి రచించినది. గ్రంథకర్త అనుభవంగల కథకుడు. ఆయన సేకరించిన అభిప్రాయాలలో పాశ్చాత్యుల అభిప్రాయాలు కూడా ఉన్నాయి. నిజానికి ఈనాటి కథాస్వరూపం మనం పాశ్చాత్యుల నుంచి అరువు తెచ్చుకున్నదే. కాని ఈనాడు దానిని మనం స్వంతం చేసుకుని కథలద్వారా మన జాతీయ జీవితాన్ని ప్రతిబింబించ గలుగుతున్నాం.

నేటి తెలుగు సాహిత్యంలో అన్నిటికన్న ముందుకు వచ్చిన స్వరూపమూ. కొత్తరచయితలను బలంగా ఆకర్షించేదీ కథ. అందుచేత ఈ పుస్తకంలో చెప్పబడిన విషయాలు చాలామందికి ఉపయుక్తంగా ఉండగలవనటానికి సందేహంలేదు.

ఎవరుగాని కథకులు కావటానికి కొన్ని దశలున్నాయి. అందులో మొట్టమొదటిది కథలమీది లక్ష్యం. ఈ లక్ష్యం వ్యామోహం కంటె హెచ్చు విమర్శనా దృష్టితో కూడు కున్నది. కథలపై వ్యామోహం ఉండేవారు చాలా మంది ఉన్నారు. కాని వారెన్నటికీ కథలు రాయలేరు. వందలాదికథలు చదవటమేగాక కథకుడు కథనంలో ఏమి నైపుణ్యం వినియోగపరిచాడో శ్రద్ధగా చాలా కాలం ఆలోచించిన మీదట భావి కథకుడికి పునాది ఏర్పడుతుంది. (కవిత్వమైనా, సంగీతమైనా, చిత్రలేఖనమైనా, నటన అయినా ఇంతే.)

రెండవదశ శిల్పంలో సాధన. ఈ దశలో కథకుడు ఇతివృత్తం గురించి కన్నా రచనా విధానంమీద అధికారం సంపాదించుకొనటానికి యత్నించాలి. సామాన్య సంఘటనలు తీసుకొని వాటిని రక్తిగా కథలల్లటం అభ్యసించాలి. ఏదైనా కథ చదివినప్పుడు, "దాన్ని అంతకన్న బాగారాసే అవకాశం ఉందా?" అని ఆలోచించాలి. ఇది తపస్సులాంటిది. ఈ దశలో బుర్ర అస్తమానం పాత్రలను సృష్టించటంలోనూ, సన్నివేశాలు కల్పించటంలోనూ, సంఘటనలను కథాక్రమంలో అమర్చటంలోనూ నిమగ్నమై ఉండాలి. ఈ దశలో చేసే రచనలను సరదాకు ప్రచురించితే ప్రచురించవచ్చు; కాని

7

వాటి ద్వారా గొప్ప కీర్తి వస్తుందనిగాని, సాంఘిక ప్రయోజనం సాధ్యమవుతుందనిగాని, అనుకోరాదు.

అలాంటి ప్రయోజనాన్ని కాంక్షించి కథలు రాయటం మొదలు పెట్టటానికి కథకుడికి కథనశిల్పం కరతలామలకమై ఉండాలి. పాటకచేరీ చేసే గాయకుడు రాగం తాలూకు ఆరోహణావరోహణలను మననం చేసుకోకుండానే రాగ ప్రస్తారంచేసిన రీతిగా కథకుడు ఇతివృత్తముమీద దృష్టి నిలిపి సులువుగా కథ అల్లుకు పోగలగాలి. ఇధి కథకుడి మూడవదశ. ఆ దశలోనే కథకుడికి గల సామాజికస్థాయి నిర్ణయమయేది.

ఇక్కడినుండి కథకుడు నాలుగోదశలోకి అడుగుపెడతాడు; సమాజంలో కలిగే మార్పులతో తనకుగల సంబంధాలను స్పష్టం చేసుకుంటాడు. సామాజిక సంఘర్షణలలో తాను అభ్యుదయ పక్షాన నిలబడి తన రచనలను సమాజానికి పూర్తిగా అంకితం చేస్తాడు.

అన్నిదశలలోను కథకుడు తననుతాను నిర్మొగమాటంగా విమర్శించుకో గలవాడై ఉండాలి; ఇతరులిచ్చే విమర్శలను ఓర్పుతో వినగలవాడై ఉండాలి. విమర్శ లేక ఏ కళాలేదు. ఇతరుల విమర్శలను విమర్శించుకో గల కథకుడు చాలా దూరం పోగలుగుతాడు.

ఉత్తమ కథకుడు కాగోరేవాడు ఏ దశలోనూ సాహిత్యచౌర్యం చేయరాదు. ఏ పాత ఇంగ్లీషు కథనో తీసుకొని కథకుడు తన స్వంతంలాగా రాసి అచ్చువేసి అందరినీ మోసం చెయ్యవచ్చు. కాని అందువల్ల నష్టపడేది కథకుడు. పాఠకులకు కథ బాగున్నదైతే దాన్ని రాసినవాడు గోవిందరావైనా ఒకటే, మొపాసా అయినా ఒకటే. కాని "చేతివాటు" కు అలవాటుపడ్డ కథకుడు తన రచనాశక్తిని అభివృద్ధి చేసుకోలేడు.

సాధ్యమైనంతవరకు కథకుడు మొదటి రెండు దశలలోను అనువాదాలు చెయ్యకుండా ఉండటం మంచిది. మంచి అనువాదాలు చెయ్యితిరిగిన రచయితలే చెయ్యాలనన్నది ఒకటి; అనువాదం కూడా కథలశక్తిని చంపేస్తుందన్నది మరొకటి.

ఏదశలోనూ కథకుడు తనకు తెలియని పాత్రలను పరిస్థితులను అంటుకోకుండా ఉండటం మంచిది. హైస్కూలు చదువుకూడా పూర్తి చెయ్యని కుర్రవాళ్లు తమకు పరిచయం కాని "ఉన్నత" పాత్రలను సృష్టించి వాటిని తమ విద్యార్థి మనస్తత్వం అంటగట్టి కథలు రాయటంకద్దు. ఇటువంటి రచనలు విధిగా అపహాస్యం పాలవుతాయి.

కథాశిల్పం ఎంత మధించినప్పటికీ కథలో చెప్పే ఇతివృత్తం జీవితాలపరంగా ఉంటుంది. జీవితాన్ని ఎంత బాగా మధించి దాని నిగ్గుతీయగలిగితే కథకుడు అంత మంచి కథలు రాయగలుగుతాడు.

ఉత్తమమైన కథాసాహిత్యం సృష్టించటానికి జీవితంనుంచి ఏదో ప్రేరణ ఉండాలి. కథలు రాసి గొప్పగా డబ్బు సంపాదించే అవకాశాలుగల పాశ్చాత్య దేశాలలో కథకులు అనేక దేశాలు పోతారు. అనేక రకాల వృత్తులు గలవారితో భుజాలు రాచుకుతిరుగుతారు. అనేక రకాల మనస్తత్వాలను పరిశీలిస్తారు. చిత్రవిచిత్రమైన వాతావరణాలుగల కథలు రాస్తారు.

అటువంటి ఆర్థిక ప్రేరణలేని మన దేశంలో చాలామంది కథకులు యవ్వ నోత్సాహంలో కథలు రాయటమూ నడివయసులో విరమించటమూ మనకు కనిపిస్తుంది. జీవితపు లోతుపాతులు ఆకళించుకొని, మంచి చెడ్డలు అర్థంచేసుకోగల దశలో కథకుడు కథలురాయటం మానేస్తున్నాడంటే ఉత్తమ కథాసాహిత్యం సృష్టించే ప్రేరణను అతను జీవితంనుంచి పొందటం లేదన్నమాట. ఇది జీవితం తప్పు కాదు, కథకుడితప్పు.

పైన చెప్పిన దశలలో మొదటి రెండు దశలు గడవటానికి ఈ పుస్తకంబాగా తోడ్పడు తుంది. ఇందులో చాలా అమూల్యమైన సలహాలు కొన్ని ఉన్నాయి. ముఖ్యంగా ఒక్కొక్క కథను ఇరవయ్యేసి సార్లు రాసే పద్ధతితో నేను కూడా ఏకీభవించను. తాము రాయబోయే కథను గురించి ముందుగా సొంతం ఆలోచించలేనివాళ్లు రాసిందే మళ్లీ మళ్లీ తిరగతోడు తారు. అది ఒక విధమైన దురభ్యాసమనటానికి సందేహంలేదు. చక్కగా ఆలోచించిన మీదట రాసిన కథను పదే పదే మార్చి దిద్దవలసిన అవసరం ఉండదు.

కథకులు కాబోయేవారు తను బాధ్యతను తెలుసుకొనటానికీ, అయోమయస్థితిలో కథారచన సాగించుతున్నవారు ఒకదారికి రావటానికీ ఈ పుస్తకం ఉపయోగ పడగలదని ఆశిస్తున్నాను.

మద్రాసు,
09-02-1955

రచయిత పరిచయం

– కాళోజీ నారాయణరావు

అధ్యక్షులు

తెలంగాణా రచయితల సంఘం

'సాధనమున పనులు సమకూరు ధరలోన' అను వేమన మాటకు ప్రత్యక్ష నిదర్శనము శ్రీశొంఠి కృష్ణమూర్తిగారి కథారచన. దాదాపు పన్నెండు సంవత్సరాలనుండి వారి కథలు పత్రికలలో ప్రచురింప బడుతున్నాయి. కథారచన వొక సాధనగ తీసుకొని దానిని సాధించినవారు శ్రీ కృష్ణమూర్తిగారు. కథారచన సాధక బాధకాలన్నీ స్వానుభవములు గావుననే నేడు "కథలు రాయడమెలా?" అనే యీ పుస్తకాన్ని మనకంద జేయగలిగినారు. కథ, కథానిక, స్కెచ్ మొదలుగా గల వివిధ రకాలైన రచనా నైపుణిని అలవరచుకొన్నారు. కథా రచనకూడ చిత్రకళ సంగీత కళవలెనే ఎడతెగని అభ్యాసముతో నేర్వదగినది కేవలము రచనావ్యామోహముంటే చాలదు. వివిధ రచయితల కథలను చదివి కథారచనా విధానమును తెలిసికొని, కథారచనను 'అనగా అనగా ఒక రాజు...' అనే పద్ధతినుండి నేటి వరకు ఎన్ని దశలకులోనైనదో గమనించినవారు. వివిధ భాషలలోని కథలు' వాటివిషయమై విమర్శకుల అభిప్రాయాలు సేకరించి, స్వానుభవమును జతపరిచి, కథారచనకు సంబంధించిన అన్ని అంశాలను సవిస్తరముగ చర్చించి కథారచనకు పూనుకొనదలచిన తెలుగు ఉత్సాహవంతులగు వారికందరకు ఒక అమూల్య గ్రంథమును సమర్పించినారు. ఆంధ్రదేశములోని పేరెన్నికగల కథకుల, విమర్శకుల నందరిని సంప్రదించుటలోనే వారి పట్టుదల ఎంతటిదో తెలియవచ్చును. ఒక్కొక్క రచయితకు వుత్తరముల్రాసి, ప్రత్యుత్తరమునకై పోస్టేజిపంపి, మళ్లీ జ్ఞాపికలు వ్రాసి 'కథలు రాయడమెలా?' అను పుస్తకానికి కావలసిన సామాగ్రిని సమకూర్చుకున్నారు రచయిత. యింత ఓపిక ఉండడము చిత్రము. ఇంతటి పట్టుదలతో కృషి చేయువారు కాబట్టే

కథారచనలోని శిల్పాన్ని సాధించగలిగినారు. పది సంవత్సరాలలో దాదాపు రెండు వందల కథలు పత్రికలలో అచ్చైనవంటె వారి కథలు నాణ్యత, సంఖ్యాబలము. (quality and quantity) రెండు కలిగి వున్నవని ఒప్పుకొనక తప్పదు. యీ రెండు వుండడము అపూర్వమైన విషయము.

ఉపాధ్యాయ వృత్తిలో జీవితము గడుపుచున్న శ్రీ కృష్ణమూర్తిగారు అధ్యయన విషయములో విద్యార్థులకన్న నెక్కుడు శ్రద్ధతోనున్నారు. వీరి ఓపిక శ్రద్ధ కృషి ఏసాధకునికైనను మార్గదర్శకము.

హన్మకొండ

16-02-1955

ఒకమాట

తెలుగు కథాసాహిత్యంలో 'ప్రప్రథమ సమగ్రకథాసాహిత్య పాఠ్యగ్రంథం' అనదగిన ఈ గ్రంథాన్ని పాఠకులకు, రచయితలకు తొలికానుకగా సమర్పిస్తున్నాం.

శ్రీ కుటుంబరావు గారన్నట్టు "కథకులు కాబోయేవారు తమ బాధ్యతలను తెలుసుకొనటానికీ, అయోమయ స్థితిలో కథారచన కొనసాగించుతున్నవారు ఒక దారికి రావటానికీ ఈ పుస్తకం ఉపయోగపడగల" దనే ఆశతోనే ప్రచురిస్తున్నాం.

వరంగల్ ,
18-2-1955

ఇట్లు
సంపాదకుడు
యశోధర ప్రచురణలు

రచయిత గురించి....

పత్రికలలో వెలువడుతున్న కథా సాహిత్యాన్ని చదివేవారికి శ్రీ శాంతి కృష్ణమూర్తిగారి పేరు సుపరిచితమే. గత పన్నెండు సంవత్సరాలుగా ఆనందవాణి, నవోదయ, ఆంధ్రపత్రిక, ఆంధ్ర(వార)పత్రిక, తెలుగు స్వతంత్ర, తెలుగు దేశం. మొదలైన పత్రికల్లో వీరి కథలు ప్రచురించబడ్డాయి.

ఉపాధ్యాయ వృత్తిలోనుండియు కథలద్వారా సాంఘిక సేవ చేయాలనే ఆశయం గలవారు.

...మొదటి ముద్రణ ప్రచురణకర్తలు 1955

ఉపోద్ఘాతం

ఆంధ్రదేశంలో కథాసాహిత్యము ఇంత ఉచ్ఛదశకు వచ్చినా ఎందువల్లనో గొప్పరచయితలైన వారెవరూ ఈ భారాన్ని వహించలేదు. కథారచనపై గ్రంథాలు వెలువడక పోవడమే నన్నీరచనకు పురిగొల్పింది.

'కథలు రాయడాన్ని నేర్పగలమా?' అంటే, 'తప్పకుండా నేర్పగల' మని సమాధానం వస్తుంది. ఎందుకంటే ఎక్కువ లలితకళల్ని మనవారు సాధనవల్లనే నేర్చుకుంటున్నారు. అలాగే కథా రచనకూడా! ఐతే తక్కిన కళా రూపాలలాగే దీనికీ, నేర్చుకునేవారిలో సహజాసక్తి వుండడం కొంత వరకూ సరైన విషయమే.

ఇది ఎక్కువగా ప్రారంభకథకులకై ఉద్దేశించబడిన పుస్తకమే! ఐనప్పటికీ పాఠకులుకూడా 'కథలు ఏవిధంగా రాయబడతాయి!' అనేదీ తెల్సుకోడానికీ సహాయ పడుతుంది. అంతేగాక కథారచనచేసి, కథలు ప్రచురణగాక అవస్థపడుతున్న సోదర రచయితలకు కూడా నిర్మాణయుక్తమైన సలహాలద్వారా సహాయపడడానికి వీలుగా ఈగ్రంథం రాయబడింది.

మొత్తమ్మీద నా ఆశయం కొత్తవారికి కథారచనలో ప్రవేశం అభిరుచీ కలిగించడం, కొంత తంత్రాగాన్ని సులభగ్రాహ్యం చెయ్యడమూను.

కథారచన పలురకాలుగా చేయవచ్చు. ఏదైనా కొన్ని సంఘటనలతో కూడిన ఇతి వృత్తాన్ని తీసుకుని కథా రూపాంతరాలలో ఏదో ఒక రూపంలో - అంటే స్కెచ్ గానో, గల్పిక గానో, కథానికగానో, చిన్నకథ రూపంలో పెద్దకథగానో - రాయవచ్చును, అవసరమైన మార్పులతో, అలాగే కథన విధానం మార్చటంవల్ల కూడా అనేక రకాల కథలు రాయవచ్చును.

1. ఉత్తమ పురుష కథనం, 2. ప్రథమ పురుషకథనం, 3. లేఖారూప కథనం మొదలైన వాటిని వాడడంవల్ల.

అదే విధంగా కథా ప్రారంభం చేసేతీరునిబట్టి కూడా కథలు పలు రకాలుగా తయారవుతాయి:- (1) యథార్థమైన ప్రారంభం. (2) కథ మధ్యలో ఎత్తుకోవడం 3) కథాంతాన్ని ప్రారంభానికి తీసుకురావడం మొదలైన వాటివల్ల.

అందువల్ల ఒకే అంశాన్ని దాదాపు 50 రకాలైన కథలుగా రాయగలమనవచ్చు.

ఇటువంటివన్నీ ప్రతి కథకుడు స్వంతంగా అనుభవంవల్ల తెల్సుకోవాలనుకోవడం, నాగరికత ప్రసాదించిన మంచినంతా కాదని, ప్రతీ మనిషీ పాతరాతి యుగంనుండి తిరిగి అభివృద్ధి చెందాలనుకోవడం వంటిదే. అందువల్ల ఇటువంటి గ్రంథాలు తప్పక అవసరమని నా నమ్మకం.

ఈ గ్రంథరచనలో పెక్కు స్వదేశి, విదేశి రచయితల గ్రంథాల సహాయం పొందాను. ఆయారచయితలకూ, ప్రచురణకర్తలకూ నా కృతజ్ఞత. అడగగానే నిర్వచనాలనూ, అభిప్రాయాలనూ పంపిన పెక్కు ప్రసిద్ధ ఆంధ్ర రచయితలకూ, పరిచయాల్ని రాసిన శ్రీ కొడవటిగంటి కుటుంబరావు, శ్రీ కాళోజి నారాయణరావు గార్లకూ వ్రాతప్రతిని చదివి అమూల్యమైన సలహాలనిచ్చిన శ్రీ కందుకూరివారికీ నా ప్రత్యేకాభివందనలు.

దీన్ని చదివిన సాహితీ పరులు తమ తమ అభిప్రాయాలను తెలిపితే కృతజ్ఞుడనై వుండి, తర్వాత ముద్రణలలో అవసరమైన మార్పులు చేయగలను.

వరంగల్
18-02-1955

ఎప్పటికీ
మీ

కథలు రాయడమెలా?

మొదటి మాట

"ఉత్తమ సాహిత్యాన్ని మినహాయిస్తే రాయడమనేది
మేధావంతులకు మాత్రమే తెల్సిన మాయకాదు;
అదీ స్వానుభవం వల్లా, ఆత్మవిమర్శ వల్లా నేర్చుకో
తగిన విద్యే!"

- బ్రూస్ పాటిసన్.

మనలో పెక్కుమందికి ఎన్నో భావాలు కలుగుతాయి. వాటిని కథల రూపంలో రాయాలనీ; ప్రకటించి, ప్రజల్లో పడేసి, వాళ్ళ అభిప్రాయాల్ని సేకరించి, మన మనస్సుల్లోని ఆవేశానికి తగిన వుపశాంతి చేసుకోవాలనీ అనిపిస్తుంది. మనలో కొంతమంది సహజశక్తి వల్లనో ఇతరుల కథలను పఠించడంవల్లనో, కథలను రాసేయత్నంలో సులువుగా కృతకృత్యులవుతారు.

కొందరు గెలుపొందక నిరాశ చెందుతారు. రాయడమనేది కూడా ఒక కళేనని వాళ్లు గ్రహించని మూలాన ఆవిధంగా జరుగుతుంది. కథలు రాసే విధానాన్ని అర్థం చేసుకోడంలో అపరిపక్వతని పొందివుండడంవల్ల నిరాశని ఎదుర్కొంటో వుంటారు. మనం తక్కిన కళాసాధాలకి వలెనే దీనికీ శిల్పచాతుర్యం, నిర్మాణ కౌశలం అవసరమని గుర్తుంచుకోవాలి.

కథలు రాయడం మేధావంతుల సొంతసొత్తుకాదు. వాళ్ళల్లో కొంతమందిలా మనం అత్యుత్తమ సాహిత్యాన్ని సృష్టించలేకపోవచ్చు. అయినప్పటికి నిరభ్యంతరంగా మనలో అందరూ - కథాకథన నైపుణ్యాన్ని నేర్చుకోవడం ద్వారా - కథకుడు కావచ్చు. సందేహంలేదు!

మనలో కొంతమంది కథకుల మవడంకోసం పాండిత్యం కావాలనే భ్రమలో వుండవచ్చు. కాని అలాంటిదేమీ లేదు. నిజంగా పండితులైన వాళ్లు కథలు రాయడం అరుదే!

కాని ఒకటిమాత్రం నిజం! మనం ఏ డాక్టర్లమో, ఇంజనీర్లమో, అవ్వాలనుకుంటే, విశ్వవిద్యాలయాల్లో అయిదారు సంవత్సరాలపాటు కష్టపడాల్సి వుంటుంది. అదేవిధంగా ఓ మోస్తరు కథకుడిగా చలామణి కావడానికి కూడా కొంతకాలం పడుతుంది.

కథారచనను నేర్చుకోగలమా?

ఈ ప్రశ్న చాలామందిలో ఉదయిస్తుంది. మనలో రాయాలనే కాంక్ష ఎక్కువగా వున్నప్పుడు, కథా రచనను నేర్చుకోగలగడం సులభసాధ్యమే!

అన్ని కళల మాదిరిగానే దీనికీ నేర్చుకునే వారిలో కొంత సహజ ప్రావీణ్యత అవసరమవుతుంది.

ఉదాహరణకి కథావస్తువును ఎంచుకోవడం, రాసేపద్ధతీ, మొదలైనవి కొన్ని కథకుల వ్యక్తిగత స్వభావాలమీదా, అభిరుచులపైనా ఆధారపడేవే. వాటిని నేర్చుకునేందుకు ఏమీలేదు.

ఆకర్షణీయంగానూ, శక్తివంతంగానూ ఎక్కువమంది రచయితలు చూపగలిగిన టెక్నికల్ ట్రిక్స్‌ని (తంత్రాంగాన్ని) మాత్రం నేర్చుకోగలం.

మొదటి అధ్యాయం:

అందరూ కథకులు కావచ్చు!

ఇది టెన్నిస్ ఆడడం నేర్చుకోవడం వంటిది. టెన్నిస్‌లో ఏ సమయంలో బంతిని ఏవిధంగా కొట్టాలి? అనేది ఆటగాడి స్వంతనిర్ణయంపై ఆధారపడి వుంటుంది. దాన్నెవరూ నేర్పలేరు. ఒకగొప్ప ఆటగాడి ఆటను పరిశీలించి, ఎప్పుడు ఏవిధంగా ఆడేడు? అనేది గ్రహించి అనుసరించడంలో లాభంవుంది. అదేవిధంగా కథను ఎలా రాయాలి? అనేది నేర్చుకునే ఉత్తమ విధానం పెద్దలు చూపిన మార్గంలో కథని రాయడానికి ప్రయత్నించడమే!

అదీగాక మనం ఇతర గొప్ప రచయిత కథలు చదివేటప్పుడు, అంతసేపూ, "ఈ కథలో రచయిత ఏం చెయ్యడానికి ప్రయత్నిస్తున్నాడు?" 'ఏం చేస్తున్నాడు?' అని ఆలోచిస్తూ వుండాలి.

ఏ కథా చదవకూడనిది కాదు; ఓ మంచి కథనుండి ఎంత నేర్చుకోగలమో, ఓ చెడ్డకథనుండి కూడా అంతే నేర్చుకోగలుగుతాము. మంచి కథలు పాఠకుల్ని ఎలా ప్రభావితులుగా చెయ్యగలుగుతున్నాయో గ్రహించినట్టే, చెడ్డకథలు వారిపై ఎట్టి దుష్ఫలితాలు కలిగిస్తున్నాయో తెల్సుకో గలుగుతాము. ఎప్పటికీ మనం రచయిత తెలివితేటలతో మోసుకుపోబడకుండా చూసుకోవాలి. ఈ కథకుడు పాఠకుడ్ని ఏవిధంగా ఆకర్షిస్తున్నాడు? ఏవిధంగా సంతృప్తి పరుస్తున్నాడు? అనేది గమనించగలగాలి.

దీక్షతో ఇతరుల కథలను పరీక్షించడం. స్వతంత్రంగా ప్రయత్నించడంకన్నా కథకుల మవడానికి మనకు ఉత్తమమైన మార్గంలేదు.

కథలకు చాలా 'డిమాండ్' వుంది:-

తీరిక కాలంలో కథలు చదువుతూండడం ఈ రోజుల్లో సర్వసాధారణమైన విషయం. ఏమీ చదవాలని ఇష్టంలేనివాళ్లు సహితం ఏవారపత్రికనో తీసుకుని ఏదో కథ చదువుతారు. పాఠకుల అభిరుచిని సంతృప్తిపరచడానికే పత్రికలన్నీ తమ పేజీలను ఈ కల్పితగాథలతో నింపుతూంటాయి.

కథలకు చాలా 'డిమాండ్' వుంది. పాఠకలోకంలో వివిధ అభిరుచులు గల ప్రజానీకం వుంటుంది. అందువల్ల మనం మనకునచ్చిన రంగాన్ని ఎంచుకుని, ఆరకపు ప్రజానీకాన్ని

సంతృప్తి పరచవచ్చు. మనకే శక్తిసామర్థ్యాలున్నట్టయితే కథాకథననైపుణిని స్వాధీన పరచుకొని, తగిన పేరు ప్రఖ్యాతులు - ముందుముందు నవలా రచన మొదలైన గొప్ప ప్రయత్నాల్లో సహకరించడం కోసం-ఆర్జించడానికి ప్రయత్నిస్తాం. నేడు గొప్ప కథకులుగా, నవలాకారులుగా చలామణి అవుతున్న పెద్దలంతా ఈవిధంగా ప్రజాదరణని పొందడానికి పునాదులు వేసుకున్నవాళ్లే!

ఇంగ్లీసు, ఫ్రెంచి, ఆమెరికన్, రష్యన్, జర్మనీ, చైనీస్ మొదలైన విదేశీభాషలనుండి, బెంగాలీ, మరాఠీ, హిందీ. ఉరుదూ, మొదలైన స్వదేశీ భాషలనుండి అనువదింపబడిన కథాసాహిత్య మెంతో మనకి 'మోడల్' గా వుంది చదవడానికి - మన సాహితీపరుల కృషికితోడుగా. ఈ కళ ఇంకా నూతనమైనదీ, పరిపూర్ణతని అందుకోనిదీ ఐనమూలాన నవీన కథకులకు సొంతపోకడలు చూపడానికి ఎంతో అవకాశంవుంది.

పాఠకులకు అభిరుచిని కలిగించాలి:-

మనం మన కథలద్వారా ధనార్జన చెయ్యదల్చుకున్నా, కీర్తిని పొందాలనుకున్నా ఈ విషయాలు గుర్తుంచుకోవాలి:-

1. మనం చెప్పేవిషయం పాఠకులకు అభిరుచిని కలిగించేదిగా వుండాలి.

మనం ఇతరులకి అభిరుచి కలిగించే విధంగా చెప్పదల్చుకుంటే ఈ క్రిందివిషయాలు పాటించాలి:-

మనం సమాజంలో ఒకళ్లం కాకూడదు. ప్రత్యేక వ్యక్తిత్వాన్ని నిలుపుకోవాలి. మనం మన మెదడును తోటి ప్రజానీకంకన్న ఉన్నతస్థితిలోనూ, హృదయాలను మాత్రం వాళ్ళ సామీప్యంలో వుంచినట్టయితే వాళ్ళకు భారమూ దుర్భరమూ ఐన జీవితం ఎడల నూతన దృక్పథం అలవడేలా చెయ్యకలుగుతాం. దీనికి సొంత ఆలోచనల్ని అలవర్చుకోవాలి.

2. ఆకర్షణీయమైన పద్ధతిలో చెప్పాలి:-

ఆకర్షణీయమైన పద్ధతిలో చెప్పడానికి మనం జీవితాన్ని మన సొంత నేత్రాలతో, నూతన కాంతిలో, నూతన కోణంలోంచి చూడ్డం నేర్చుకోవాలి. మన కథల్లో పఠితలు జీవితాన్ని కొత్త వెలుగులో చూసే వీలుని కలిగించే ప్రజ్ఞని అలవర్చుకోవాలి. కొత్త దృక్పథంతో లోకాన్ని చూట్టం వొళ్ళు జలదరించేదిగా వుంటుంది. కనుకనే పాఠకులు గొప్ప రచయితల గ్రంథాల్ని చదువుతారు.

జీవితపు యథార్థతను పంచరంగుల చిత్రాల్లా ప్రజలకు కనబర్చేలా రాయగలగాలి.

ఈ విధంగానే మనం ఇతరులకు ఆసక్తి కలిగించే, ఆకర్షణీయమైన విషయాలను చెప్పగలుగుతాం ఆరోగ్యకరమైన సాహిత్యాన్ని సృష్టించ గల కథకుల మవ గలుగుతాం!

రెండవ అధ్యాయం:

కథ అంటే ఏమిటి?

నిర్వచనం:-

"అసలు కథకిగాని దేనికిగాని నిర్వచనమనేది లేదు." **- చెలం**

మనలో చాలా మందికి కథ అంటే ఏమిటి? అనే ప్రశ్న కలగవచ్చుకాని పైన చలంగారన్నట్టు కథకి నిర్వచన మనేదిలేదు. జీవితాన్ని నిర్వచించడం ఎంత కష్టమో ఇదీ అంతే!

అయినప్పటికీ కొంతమంది అనుభవజ్ఞులు వారివారి మాటల్లో కథ అంటే ఏమిటో సుస్పష్టం చెయ్యడానికి ప్రయత్నించారు. అవేమిటో పరిశీలిద్దాం.

కథంటే 'కొంచెం నిజమును కలిగి, కల్పితమైన వృత్తాంత' మనే అర్థం నిఘంటువుల్లో కన్పడుతుంది.

హెన్రీథామస్ "కథ కథనరూపంలో వున్న చిన్న నాటకం" అన్నాడు; ఎందుకంటే కథలో కూడా నాటకంలోలానే ప్లాటూ, పాత్రలూ క్లైమాక్సు అనేవి వుంటాయి కనుక.

కథానిర్వచనాన్ని కొబాల్డ్‌నైట్ ఈక్రింది విధంగా చెబుతాడు. "సాంప్రదాయ సిద్ధమైన కథ నాటకీయ పద్ధతిలో వ్రాయబడ్డ రచన వెయ్యి నుండి డెభైవేల వరకూ మాటలుండ వచ్చును; అందులో కనీసం పరిష్కరింపబడడానికి ఒక సమస్య, కొన్ని అడ్డంకులు, కథలో మళుపులేక నాటకీయ బిగువుతో కూడిన ఉద్గమం, క్లైమాక్స్ (పరాకాష్ట) వుండాలి. క్లైమాక్స్‌తోగాని, తర్వాతగాని సమస్యా పరిష్కారం ఈయబడవచ్చు."

బ్రూస్ పాటిసన్ ఇలా అంటాడు:- "గ్రంథకర్త వ్యక్తిత్వపు ప్రకటనే కథ; అతడు అప్రయత్నంగానే జీవితాన్ని ఒక పద్ధతిలోచూడ్డం. ప్రజల యెడల అనుభవం యెడల ఒక రకమైన దృక్పథం పొందివుండడం అలవర్చుకొని వుంటాడు. దానినే ఇతరులకు చెప్పాలని చూస్తాడు. అతని స్వంత వ్యక్తిత్వంలోంచి వడపోయబడిన జీవితాన్ని - జీవితంలో భాగంగా కనపడేదాన్ని దేన్నో - సృష్టించడానికి పూనుకుంటాడు."

ఎడ్గార్ ఎలెన్ పో ఈ విధంగా నిర్వచించాడు: "నిపుణుడైన సాహిత్యకళాకారుడు ఒక కథ అల్లుతాడు. అతడే తెలివైనవాడైతే సంఘటనలకి అనుకూలంగా తన ఆలోచనల్ని సర్దుకోడు; ప్రయత్నపూర్వకమైన జాగరూకతతో ఆలోచించి, ఒక అద్వితీయమైన ఫలితాన్ని తీసుకురాడానికి సంఘటనల్ని కనిపెడతాడు; తర్వాత మొదట్లో ఆలోచించిన ఫలితాన్ని తీసుకువచ్చేందుకు ప్రయత్నిస్తాడు. అతని మొదటివాక్యం కనుక అటువంటి ఫలితాన్ని కలిగించడానికి తోడ్పడకపోయినట్టయితే అతను మొదట్లోనే విఫలుడైనట్టు. సూటిగా గాని, ఇతరత్రాగాని ఆ మొదటి ఏర్పరుచుకున్న ఉద్దేశాన్ని తెలియజెయ్యని మాట ఏదీకూడా, ఆ రచన అంతటిలోనూ రాయబడకూడదు."

సోమర్‌సెట్ మాఘం 'పో' నీ గురించి రాసిన సంక్షేపమైన సంగ్రహంలో కథనిగురించి ఈ క్రింది విధంగా ఉల్లేఖించాడు:-

"ఏది మంచి కథంటే స్వతంత్రమైనటువంటిదీ, ఒకసారి కూర్చుని చదవదగినదీ; ఆధ్యాత్మికమైన లేక భౌతికమైన సంఘటన నొకదానిని గురించి తెలిపేదీ ఐన చిన్న కల్పితగాథ. తళతళ మెరుస్తోన్నట్టు ఆకర్షణీయంగా వుండాలి; ఉద్దీపింప చేసేదిగాగాని, మనస్సుల్లో నాటేదిగాగాని వుండాలి."

ప్రఖ్యాత కవి శ్రీ సి. నారాయణరెడ్డిగారు కథ, కవితాభేదాన్ని ఈ క్రింది విధంగా చెప్పారు:-

"కవిత స్వప్నసుందరి. కథ సహధర్మచారిణి. కవిత అతిదూరాన తళుక్కున మెరిసే అప్సరాంగన. కథ చేరువగానున్న చిరపరిచితురాలి వంటిది. ప్రతివాని జీవితానికీ సన్నిహితమైనది కథ."

ఈ విధంగా తలోపద్ధతిలో కథ అంటే ఏమిటనే దానికి జవాబిస్తారు.

చివరికి మనం "ఒకపాత్ర లేదా కొన్ని పాత్రలయొక్క జీవితంలోని ఒక సంఘటనను గాని ఎక్కువ సంఘటనలనుగాని పాఠకులకు నచ్చే విధంగా చెప్పడాన్నే" కథ అనవచ్చును.

కథలో కొన్ని పాత్రలను ప్రవేశపెడతాం; కొన్ని సన్నివేశాలు క్లిష్ట సమస్యలనూ కల్పిస్తాం. పాఠకుల్లో సస్పెన్సు (అనిశ్చతస్థితి) కలిగించి, వారికి ఆశ్చర్యకరంగానో, సంతృప్తికరంగానో కథని ముగిస్తాం.

కథా ప్రారంభం; మధ్యభాగం ; ముగింపు;

"కథయినా, కావ్యమైనా, నవలైనా, నాటకమైనా కళారూపంలో ఏదైనా సున్నితంగా ఏరోడ్రోము నుంచి బయల్దేరే విమానంలాగ ప్రారంభించి ప్రయాణం యావత్తూ దూరమైనా

చేరువైనా సాగించి సాగించి తుదకు సురక్షితంగా గమ్యస్థానంలోకి దిగాలి. విమాన చోదకుడిలాగ కళాకారు డెక్కడా కనపడ కూడదు.

"ప్రారంభం, నిర్వహణ, ఉపసంహారం... ఇదే కళావస్తువు నాణ్యంచేసే నికషాలు."

- శ్రీరంగం శ్రీనివాసరావు.

ప్రతీ కథకూ ప్రారంభం, మధ్య భాగం, ముగింపు అనేవివుంటాయనేది సువిదితమే వాటిని ఏవిధంగా రాయాలని? అనేది పరిశీలించుదాం!

కథా ప్రారంభం:-

"కథా ప్రారంభానికి ఉత్తమమైన మార్గం మొదట్లో కథ మధ్యభాగాన్ని ఎత్తుకుని, మొదట రాయదల్చుకున్నది మధ్యలో రాయడమే! కథ సంఘటన సంభాషణలతో మొదలవ్వాలి; పాఠకుడి దృష్టిని పట్టివుంచాక, విశదపర్చే విషయాలకి వెళ్ళాలి.

- జాక్‌వుడ్ ఫర్డ్.

మనం కొత్తగా కథల్ని రాసేటప్పుడు, 'కథను ఎలా ప్రారంభించాలి?' అనే సందేహం కలుగుతుంది. కథా ప్రారంభం బాగుగాలేకపోతే పాఠకులు కథల్ని చదవరు. అందుకని కథని బాగా ఆలోచించి చక్కగా మొదలెట్టాలి.

ఒక కథలోకి ప్రవేశించడం ఒకగొప్ప భవనంలోకి ప్రవేశించినంత ఆనంద దాయకంగా వుండాలి. కథలో పాఠకులు పొందే రసానుభూతికి వాళ్ళని సిద్ధపర్చేలా, కథని ఆరంభించాలి.

రాయబోయే విషయాలను వెతికినట్టయితే మనకు ఏదో ఒక ఆకర్షణీయమైన అంశం దొరక్కపోదు. మొదట మనం పాఠకులదృష్టిని ఆకర్షింప గలిగామంటే, వాళ్ళు చెప్పలేనంత ఓపికతో తక్కినకథని చదవడం మనకే ఆశ్చర్యాన్ని కలిగిస్తుంది. అందువల్ల మనంరాసే కథాప్రారంభం పాఠకుల దృష్టిని పట్టివుంచేదిగా, అభిరుచిని కలిగించేదిగా వుండాలి.

మనం చేసే కథా ప్రారంభాలు మూడు విధాలుగా వుంటాయి:-

1) సంఘటనలేక క్రియాత్మక రూపంలో (2) సంభాషణలతో (3) వర్ణన లేక కథాప్రస్తావనతో.

సాధారణంగా మనం మన ఆలోచనాక్రమాన్ని బట్టి ప్రస్తావనా భాగంతో కథను ప్రారంభిస్తాం. అది పొరపాటు. ఎందువల్లనంటే పాఠకులు ఈ చైతన్యరహితమైన కథాభాగంతో ఆకర్షింపబడరు; సంతుష్టి పడరు. కనుక మనం కథని మధ్యభాగంలో - ఎక్కడైతే సంఘటనలు గాని, సంభాషణలుగాని వుంటాయో అక్కడ - ప్రారంభించాలి. అంటే మనం మంచి సంఘటనతోగాని, సంభాషణలతోగాని పాఠకుల హృదయానికి

గేలంవేశాక- దీనినే 'నెరేటివ్‌హుక్' అంటారు - వెనుకకు కథాప్రస్తావనలోకి వొచ్చి వాతావరణాన్నీ, నేపథ్య దృశ్యాలనూ, పాత్రలనూ చిత్రించాలి.

ప్రస్తుతం ప్రచురితమవుతున్న కథల్ని మనం పరిశీలిస్తే కొన్ని చెడ్డగా ఆరంభించ బడిన కథలుకూడా వుంటున్నట్టు తెలుస్తుంది వాటిని చదివినప్పుడు మనలోకలిగే భావపరిణామం గుర్తుంచుకుంటే మనం అలాంటి పొరపాటు చెయ్యకుండా వుండ గలుగుతాం.

పై విధంగా, చక్కగా ఎలా ప్రారంభించాలో అలా మనం చెయ్యలేకపోయినప్పటికీ, మనకి తోచిన విధంగా కథనిరాసి, పైమార్పులు చేసినట్టయితే సరిపోతుంది.

కథ ప్రారంభాన్ని రాయడంలో ముఖ్యోద్దేశాలు (1) కథను గురించిన జిజ్ఞాస కలిగించడం (2) కథలోని ముఖ్యసంఘటన ప్రకటింపబడడం ఐవుండాలి. రెండు మిళితమైతే మరీమంచిది.

1.క్రియాత్మక రూపంలోగాని, సంఘటనలోగాని, కథను ప్రారంభించినట్టయితే 'నెరేటివ్‌హుక్' బాగా వుంటుంది.

పాఠకులు పట్టుదలతో చివరవరకూ చదవగలుగుతారు. పాత్రల నైజాలను వ్యక్తం చెయ్యడానికి కూడా ఈరకమైన ప్రారంభం తోడ్పడుతుంది.

ఉదాహరణ:- 1. అప్పుడు స్టూడియోలో 'పతివ్రత' అనే చిత్రం షూటు అవుతూంది. ఎండలు తీవ్రంగా వుండడంవల్ల రాత్రిపూట షూటింగ్. గోపీ మేకప్ రూంముందు నుంచోని ధరించిన ఆభరణాలు సరిగా వున్నవో లేవో చూస్తూన్నాడు. డైరెక్టర్ సెట్టుమీదనుంచి మేకప్-గదిలోకి, మేకప్ గదిలోనుంచి ఆఫీస్ గదిలోకి ఆర్డర్లిస్తూ తిరుగుతున్నాడు.

అంతా హడావుడిగా వుంది...

('సిగ్గు' - శ్రీ గోపీచంద్.)

2. శిరశోదయమైంది. పురిటి గదిలోంచి వెలువడిన కేక లోకం గుండెల్లో ప్రతిధ్వనించింది. టైము నోటు చేశారు, తాతగారు.

శిశువు భూపతనమైంది. "కేర్,... కేర్,... కేర్:.. ... కేర్" ఏడ్పు కూడా ప్రారంభించాడు ముఖంమీద నీళ్ళుచల్లి పళ్ళెం మ్రోగించింది.

('మానవుడి జన్మహక్కు' - శ్రీ సోమసుందర్)

ఈవిధంగా క్రియాత్మక రూపంలోగాని, సంఘటనతో గాని ప్రారంభించబడే కథలు ఆకర్షణీయంగా వుంటాయి.

2. సంభాషణలతో కథను ప్రారంభించడం మరో విధానం.

దీనివలన (1) పాత్రల మనోభావాలు స్పష్టపర్చవచ్చు; (2) కథా గమనానికి తోడ్పాటు పొందవచ్చు. (3) కథాంశాలు తెలుపవచ్చు.

వివాదగ్రస్తమైన సంభాషణలతో కథని ప్రారంభించడం ఉత్తమ మార్గం- ఎందుకంటే మానవునికి తగవులాడే ఇతరుల సంభాషణల వినడమందు ఎక్కువ ఆసక్తి వుంటుంది కనుక.

ఉదాహరణ:- తలుపునెట్టుకొని విసురుగా ఇంట్లోకి ప్రవేశించి అన్నాను; "నేను వెడుతున్నాను, ఇక మనకు కుదరదులే" అని.

నేనేం జేశాను; మీకింత కోపం రావడానికి! ఏదో సంసారంలో భార్యాభర్తలన్న తర్వాత పోట్లాట అంటూవస్తే సద్దుకుపోతారు గాని తెంచుకు పారిపోతారా!"

'... ... ...'

"మాట్లాడరేం? ఎక్కడైనా వుందాండి, ఇట్లాంటి వైపరీత్యం. సంసారం గుట్టు, రోగంరట్టు అన్నారు. మీరు నన్నిలా అల్లరిపెట్టడం ధర్మం కాదు. అయినా ఇంతకూ నాతప్పేముందీ?" ... ...

('లేచి పోవాలనుకుంటే' - శ్రీ మునిమాణిక్యం)

ఇంతకంటె మంచిపద్ధతి క్రియాత్మకరూపాన్నీ, సంభాషణల్ని మేళవిస్తూ ప్రారంభించడం. ఈరకమైన ప్రారంభాలే పఠితల్ని సులువుగా ఆకర్షిస్తాయి.

ఉదాహరణ:- సికిందరాబాద్ స్టేషన్. రాణీగంజ్, మింట్, పబ్లిక్ గార్డెన్సు, నాంపల్లి, కింగ్‌కోటీ, మూసీ, చార్‌మినార్; ఒకటి తర్వాత ఒకటి వెనక్కు వెళ్ళేయి. దిగేను.

గతించిన వత్సరాల మరుపు నెమరువేస్తూనే ఆ గల్లీలో ఇళ్ళు వెతుక్కుంటున్నాం. వానకు తడిసిన రోడ్లు నిగూఢచిత్రకారుల్లా లాల్చీ మీద రంగులు వేస్తున్నాయి.

నడుస్తున్నా ఈ మరపురాని ఇళ్ళల్లోని తెరలు తీయనిస్తే ఇంట్లో స్తంభాల్ని, మనుషుల్నీ లెఖ్ఖపెట్టి బుగ్గల్లో నిద్రపోయి వుందును. కాని రానియ్యరు. ఎగిరే లాల్చీ తోమిన బిందెల్లో తడిసిన కబరీభారపు పువ్వుల్లో అద్దకాల చోళీల్లో అందం చూసుకుంటానంటోంది. "దాదా" ఎవరో పిలుస్తున్నారు.

ఉలిక్కి పడ్డా. గత పదిసంవత్సరాలనుండీ ఇక్కడికి రానేలేదు. ఎవరు పిలుస్తారు? ఆలోచన, గుర్తుకురాని మరుపుతో ఎవరివైపు చూస్తే ఎవరేమనుకుంటారో అన్నసిగ్గు, భయం, పల్లెవాటు వేసింది.

"జహంగీర్ దాదా!" మళ్ళీ అదేస్వరం. వీణమెట్ల ఆరోహణ...

('తిల్లానా'- శ్రీ కె. లింగరాజు).

3. ప్రస్తావనతో లేక వర్ణనతో కథను ఆరంభించడం మరొక పద్ధతి.

ఈ రకంగా కథను ప్రారంభించడంవల్ల (1) పాత్రచిత్రణకీ, (2) వాతావరణ చిత్రణకీ వీలుగా ఉంటుంది.

ఆరంభదశలో మనం ఈరకపు కథ ప్రారంభానికి పూనుకోకూడదు. గొప్పశైలీ. పేరుప్రఖ్యాతులూ పొందాక ఈరకపు ప్రారంభానికి పూనుకోవచ్చును.

ఉదాహరణ:- మిద్దింటి పెద్దహుసేనప్ప తల్లిపేరు సుంకులమ్మ. సుంకులమ్మకి పిల్లలులేక ఎప్పుడూ విచారపడుతూ ఉండేది.

పీర్ల పండుగనాడు పీర్ల మశీదుకుపోయి "హుస్సేనయ్యా! తురకదేవరా!! నాకు తొట్లెకలిగితే నీకు ముందు పీర్లపండుగనాడు తొట్లె కట్టిస్తా, మణుం కొబ్బెర చదివించుతా. కొబ్బెర దివిటీ చేయించి, చిన్న పరిగేస్తునాడు ఊరేగింపు చేయిస్తా పానకం పంచిపెడ్తా, నీపేరే పుట్టిన పిల్లలకి పెడతా" అని సాష్టాంగపడి భక్తిపూర్వకంగా మొక్కుకొన్నది. అదేమి విచిత్రమో, హుసేన్ పీరుకు దయవచ్చిందో లేక సుంకులమ్మ గర్భదోషం వదిలిందో ఏమోకాని, మొక్కుకున్న పది నెలలకే పిల్లవాన్ని కనింది. ... ...

('వింత విడాకులు' – శ్రీ సురవరం ప్రతాపరెడ్డి)

మంచిగా కథని ప్రారంభించే విధానాల్లో ఒకటి, కథలోని ముఖ్య పాత్రల్ని గురించి పాఠకుల దృష్టిని కట్టివేసేటట్టు ప్రస్తావనచేస్తో కథని ఆరంభించడమే.

ఉదాహరణ:- మా శారదాంబ మొగుడు శివకామయ్య యోగ్యుడే. కాని వాడి కుటుంబంలో వాడితో పోల్చదగిన మనిషిలేడు. శివకామయ్య తండ్రి వొట్టి దద్దమ్మ. పెళ్లాం ఎంత చెబితే అంతా. వాళ్లవూళ్ళో పార్వతీశంగారిల్లంటే ఎవరూ చెప్పరు; కామాక్షమ్మ గారిల్లంటే ఎవరి కన్నా తెలుస్తుంది. అంతేకాదు; కానూరి కామాక్షమ్మ అని ఆవిడ నెవరూ పిలవరు. కూనపల్లి కామాక్ష్మమ్మ అనే పిలుస్తారు. ఆవిడ కూనపల్లివారి ఆడబడుచు. ఏడుగురు పిల్లలతల్లి అయినా ఈనాటికీ ఆవిడ కన్నవారింటనే వుంటున్నది. ఎరగనివాళ్లు పార్వతీశం ఇల్లరికమనుకోవడం కద్దు ... ...

('అద్దెకొంప' –శ్రీ కొడవటిగంటి)

'చక్కని శైలిగలవాళ్లూ, అనుభవజ్ఞులూ, వర్ణనలతో కూడా కథా ప్రారంభం చెయ్యవచ్చు:-

ఉదాహరణ:- సాయంకాలము, పెద్దముత్తైవలాగ సూర్యుడు. పక్షులు గూళ్ళకు చేరుకుంటున్నవి. పశువులు ఇళ్ళకు మళ్ళుతున్నవి. నాగరీక గర్వ మెరుగని జానపదులు కూడా తమ తమ ఇండ్లకు పోతున్నారు. నాగరీకుడ్ని నేను షికారు పోతున్నాను

('గోదావరి నవ్వింది' - శ్రీ చింతా దీక్షితులు)

కథలో మధ్యగా ఎక్కడో ఆకర్షణీయమైన విషయందగ్గర మొదలుపెట్టి. పాఠకులు ప్రభావితులైన తర్వాత అసలైన కథాప్రారంభానికి వచ్చి కథను కొనసాగించే ఈ విధానాన్ని "ఫ్లాష్‌బాక్ టెక్నిక్" అంటారు. చాలా కథలన్నీ, ఈ రోజుల్లో, ఈ పద్ధతిలోనే రాయబడుతున్నాయి.

ఉదాహరణ:- అర్థరాత్రి నిద్రకళ్ళతో నాయకులందరూ గుమిగూడారు ఏం ప్రమాదం జరిగిందో ఎవ్వరికీ తెలీదు; తెలుసుకోవాలనే కూతుహలం వారిని దహించివేస్తోంది.

"మిత్రులారా!" అన్నాడు నాయకుల్లో పెద్ద, ఉపన్యాస ధోరణిలో, నిద్రమత్తు వొదిలించుకొని, అందరూ చెవులు నిక్కపొడుచుకుని వింటున్నారు. ...

('దేశోద్ధారకుడు'- శ్రీ ధనికొండ.)

మధ్యభాగము:- మీకథ ఒక సంఘటనతో ఆరంభమవ్వాలి. తక్కిన కథంతా ఈ సంఘటననుండి వృద్ధిచెందాలి. పైకి క్లైమాక్స్ వైపు. ఏటవాలుగా, ఆరోహణా క్రమంలో వుండాలి. క్లిష్ట సమస్యా, సంఘర్షణా, చివర్న నిగుఢాంశాన్ని స్పష్టపర్చడం వుండాలి.

- హెన్రీథామస్.

కథ మధ్య భాగాన్ని రాయడం ప్రారంభమంత కష్టంకాదు. దీని స్వభావం ప్రారంభం మీదే ఆధారపడి వుంటుంది.

సంభాషణతో గాని సంఘటనతో గాని కథప్రారంభం చేసినట్టయితే మధ్యభాగంలో (1) ప్రస్తావన (2) కథాభివృద్ధి (3) అనిశ్చితస్థితీ, (4) పరాకాష్ట వుంటాయి.

(1) ప్రస్తావన :- ఇందులో పాఠకులకు (1) పాత్రలతో పరిచయం కలిగించవచ్చు (2) వారిగత చరిత్ర, ప్రస్తుత స్వభావాలు చర్చించవచ్చు. (3) వారిసంసారిక స్థితినిగురించి చెప్పవచ్చు. (4) వాతావరణ వివరణకి పూనుకోవచ్చు.

ఈ భాగంలో కథని వర్ణనల రూపంలో కూడా ప్రవేశపెట్టవచ్చు.

(2) కథాభివృద్ధి :- ప్రస్తావనలో పాఠకులను పాత్రలతోనూ, కథావాతావరణంతోనూ పరిచయం చేశాక కథాభివృద్ధికి పూనుకోవాలి. ఈ భాగాన్ని. ఎక్కువగా సంభాషణల ద్వారాగాని సంఘటనలూ, క్లిష్టపరిస్థితులూ కల్పించడం ద్వారా గాని, నడపవచ్చు.

ప్రారంభ సంఘటనలో ప్రవేశపెట్టిన సమస్యా పరిష్కారానికి పాత్రలు యత్నించడం. అడ్డంకుల్ని ఎదుర్కోవడం మొదలైన అంశాలు రాయవచ్చు. పాత్రలు ఆ క్లిష్టస్థితిని ఎదుర్కొనే విధానాన్ని, ఫలితాన్ని పాఠకుడూహించలేనట్టుగా కల్పించి, అనిశ్చితస్థితి ద్వారా, క్లైమాక్స్‌కు దారితీయాలి.

(3) అనిశ్చితస్థితి:– అసలుకథలో సస్పెన్సు క్లయిమాక్సు అనేవి వుండాలా? లేదా? అనేవిషయం పైన కూడా భేదాభిప్రాయాలున్నాయి. మనం నాటకీయ పరిస్థితిని కల్పించి, పాఠకుల్ని ఆశ్చర్యచకితుల్ని చెయ్యాలనుకుంటే అవి తప్పనిసరిగా కథలో వుండాలి. వీటినిబట్టే కథకి గొప్ప తనం వస్తుంది.

మనం కల్పించిన క్లిష్టపరిస్థితుల్ని ఆయా పాత్రలు ఏవిధంగా ఎదుర్కొంటాయి? కథ ఏవిధంగా ముగుస్తుంది? అని పాఠకులు తెల్సుకోలేని స్థితినే (అనిశ్చితస్థితి) (సస్పెన్సు) అని చెప్పవచ్చును.

అడుగడుక్కీ 'ఫలానావిధంగా కథ నడుస్తుంది' అని పాఠకులనుకునేలా చేస్తూ క్లైమాక్స్ చేరాలి. వాళ్ళ భావాలు బాగా రెచ్చకొట్టబడి క్లైమాక్స్‌లో విడుదలయ్యే వరకూ సస్పెన్సులో వుంచాలి.

హెన్రీథామస్, "ప్రకృతే మనకు 'సస్పెన్సు' అనే ట్రిక్ నేర్పింది; మొదట ప్రాతః కాల మవుతుంది; తర్వాత పక్షుల కలకలారవాలు, పాటలూను; చివర సూర్యోదయం క్లైమాక్స్‌గా అవుతుంది." అంటాడు. ఈ ప్రకృతి నేర్పిన పాఠాన్నే మనం అనుసరించాలి.

'సస్పెన్సు'ని కల్పించడం కష్టమే. దాన్ని వొదలడంవల్ల నష్టముందని గమనించాలి. అందుకని మన తెలివిని వుపయోగించి 'సస్పెన్సు'ని కల్పించడానికి యత్నించాలి.

ఉదాహరణ:– శ్రీ బొమ్మిరెడ్డిపల్లి సూర్యారావుగారి 'దొంగలున్నారు, జాగ్రత్త!' అనే కథలో సస్పెన్సు బాగా కల్పించబడ్డది.

కలపకొనడంలో గొప్ప వ్యవహార జ్ఞానాన్ని ఉపయోగించి రెండు వేలు మిగుల్చుకుని శేషయ్య అనే వ్యాపారస్థుడు ఇంటర్ క్లాసులో రాయపూర్ వెడుతూంటాడు. అర్థరాత్రి వేళ.

ఎదురుగా గోడమీద వున్న "దొంగలున్నారు జాగ్రత్త!" అనే వాక్యం చదివి, భయపడి, వాచీ, కండువా, ఉంగరం దాచుకుంటాడు.

ఒక అడవి స్టేషన్‌లో వెంకడు అనే ముష్టివాడు ఎక్కుతాడు. వాడ్నిదొంగని అనుమానించి బాధపడతాడు. పాఠకులు కూడా సస్పెన్సులో పడతారు.

మాటల సందర్భంలో వాడు "దొంగననీ, జైలుకు వెళ్ళాననీ" చెబుతాడు. ఆయన భయం ఎక్కువై, వాడ్ని ఏదో ఆశచూపెట్టి 'టోపీ'లో వేసుకోవాలనుకుంటాడు. వాడు

లోబడతాడా? ఏం జరుగుతుంది? నిజంగా పోలీసులకు అప్పగించబడతాడా? అనే సస్పెన్సు కలుగుతుంది.

బల్లక్రింద పెట్టె బయటపడడంతో కథ మళుపు తిరుగుతుంది. నిజాయితీగల దొంగకూ, పెద్దమనిషి వేషమేసుకున్న దొంగకు పోటీపడుతుంది. మాటల్నిబట్టి పెట్టె సాహుకారుది కాదని వెంకడు గ్రహిస్తాడు. ప్రక్క స్టేషన్‌లో వెంకడ్ని టికెట్టు కలక్టరు దింపడంతో 'ఆపెట్టెని శేషయ్యగారే తస్కరిస్తారు' అని అనుకుంటారు పఠితలు.

మళ్ళీ వెంకడి ప్రవేశం; శేషయ్యగారి భయం; తర్వాత ఏంజరుగుతుందో తెల్సుకోవాలనే ఆతృత, తెల్సుకోలేని అనిశ్చితస్థితిలో వుంటారు చదువరులు. ఈ విధంగా సస్పెన్సుని కల్పిస్తూ కథాభివృద్ధిని కొనసాగించడంవల్ల పాఠకుల అభిరుచి పెరుగుతుంది, ముగింపుకు కూడా శోభ కలుగుతుంది.

(4) పరాకాష్ఠ:- కథ పరిపక్వతకి వొచ్చిన భాగమే పరాకాష్ట (క్లైమక్స్) అని పిలవబడుతుంది. అదే కథ యొక్క ఉత్కర్షము.

కథలో కలిగించ దల్చిన రసానుభూతిని పరిపూర్ణత నొందించడమే క్లైమాక్స్‌ని సృష్టించడ మనవచ్చు.

కథలోని ముఖ్యమైన తీక్షణపరిస్థితి క్లైమాక్స్ గా పనికివస్తుంది. మనకి మామూలుగా తోచే ఆలోచనల్ని నాటకీయ పరిస్థితి కలిగేలా మార్చాలి.కథ అస్తిత్వానికి న్యాయం కలగచెయ్యాలంటె క్లైమాక్స్ అత్యావశ్యకం.

క్లైమాక్స్‌ని కల్పించడం కోసం రాయబడే సంఘటనలూ, సంఘర్షణల ఉద్గమం చాలా స్వాభావికంగా వుండాలి. అవి పాత్రానుగుణ్యంగా లేకపోతే పాఠకులకు వైమనస్యం కలుగుతుంది.

క్లైమాక్స్‌ని రెండు విధాలుగా కల్పించవచ్చు:

(1) దాన్ని ఒక ఎత్తైన శిఖరంగా భావిస్తే దానికోసం ఒక గొప్ప సంఘటనను కల్పించి, ఈ లోపల చిన్నచిన్న సంఘటనలను, మెట్లు కట్టినట్టుగా నిర్మించుకుంటూ పోవాలి. ఉచ్చస్థితిని క్రమ క్రమంగా పొందవచ్చు.

(2) ఈపద్ధతిలో క్లైమాక్స్ ఒక రమ్యమైన కేంద్రంగా పనిచెయ్యాలి. ప్రతీ సంఘటనకీ ప్రత్యేకత వుండాలి. అదే క్లైమాక్సేమో ననిపించేలా వుండాలి. క్లైమాక్స్ కనీకనపడకుండా వుండి, ముగింపువద్ద ప్రేలి, బయటపడాలి.

ఉదాహరణ:- పై 'దొంగలున్నారు జాగ్రత్త!'అనే కథలో వెంకడికి, ఉన్నంతసేపూ శేషయ్యగారు మోసగించినందున కోపంవచ్చి మొలలో కత్తినితీసి గుండెలమీద పెట్టి,

బెదిరించి చేతులుకట్టేయడం; పెట్టె తీసుకుపారిపోయేందుకు సిద్ధంగా వున్న స్థితిలో, ఆయన వాడుచూడకుండా గొలుసులాగి, రైలాపడం; పారిపోతున్న వెంకణ్ణి తన్నించి, తోలు పెట్టెని శేషయ్యగారు పొందడం; అనే అంశాలే క్లైమాక్. క్లైమాక్స్ ఫలవంత మవడం, కల్పించబడిన సస్పెన్సుపై ఆధారపడి వుంటుంది. దీన్ని తుమ్ముతో పోల్చవచ్చు వెంటనే వొచ్చిన తుమ్ము సంతృప్తి నీయదు. కొంతసేపు బాధించి, సస్పెన్సులో పెట్టిన తర్వాత వొచ్చినతుమ్మే ఎంతో ఆనందాన్నీ 'రిలీఫ్'నీ ఇచ్చినట్టుంటుంది.

ఈ పరిస్థితిని క్లైమాక్స్ ద్వారా మనం మన కథల్లో కల్పించినప్పుడే, మన కథలు గొప్పగా వుంటాయి; మనం జయప్రదమైన కథకులుగా భావించ బడతాం.

ముగింపు:– "కథయొక్క ముగింపుకు 'విసర్జన' అను మాట చాలా సమంజసంగా వుంటుంది. సముద్రంలో స్నానం చేసి పూజ చేసుకునేటప్పుడు సాగరమునుండే జలాన్ని దోసిలిలో తీసుకొని మళ్ళా సాగరంలోనే విసర్జిస్తాం. అదేరీతిగా జీవితంలోని ఒకానొక అంశాన్ని ప్రసంగంగా తీసుకుని, దానిని కథగా నిర్మించి, తిరిగి విశాల జీవనా ప్రవాహంలో విలీనం చేసినట్టుగా పాఠకులకు తోచేలా చేసే ముగింపుగల కథని మంచి పరిణామ కారకమైన కథ అని అనవచ్చును." – నారాయణ సీతారాం ఫడకే

కథకు ముగింపనేది తప్పవిసరైనదని మనకు తెల్సిన విషయమే. మొదట్లో మనకు కథాంతం రాయడం అంతకష్టమనిపించదు. అదీకష్టమే! ఐతే ప్రారంభమంత కష్టంకాదు, మన ముగింపులు పాఠకులహృదయాల్లో హత్తుకునేలా వుండాలి.

కథ క్లైమాక్స్‌ని చేరగానే, మనకు 'దీన్ని ఎలా ముగించాలి?' అనే ప్రశ్న కలుగుతుంది.

కథా పరిసమాప్తి కూడా నాటకంలోలానే ఉండాలి. సహజమైన ముగింపు కలిగినట్టూ, పాఠకుల్లో పై విషయాలు కలిగించిన భావసంచలనం వీడని విధంగా, వాళ్ళకు నచ్చేలా వుండాలి. వాళ్ళు కథని – గుర్తుంచుకుంటోనే – 'అవును; ఆ ఆఖరి వాక్యం తర్వాత నిజంగా రాయాల్సిందేమీ లేదు' అని అనుకోగలగాలి.

సాధారణంగా ముగింపులు పాఠకులకు (1) ఆశ్చర్యాన్ని కలిగించేవిగా ఉండాలి. దీనికి కథను వాళ్ళు ఆశించని విధంగా ముగించడమేమార్గం. (2) అవి వాళ్ళకు సంతృప్తిపర్చే విధంగా కూడా రాయవచ్చు.

ఉదాహరణ:– పై కథ పాఠకులు ఆశించిన పద్ధతిలో ఈక్రింది విధంగా ముగించ బడింది.

శేషయ్యగారు మొత్తంమ్మీద పెట్టెని దొంగిలించి, ఇంటికి తీసుకు వెడతాడు. భార్యకి ఆశ్చర్యం కలిగించాలని, దాన్నితన గదిలోకితీసుకువెళ్ళి, ముందుగా, అతికష్టం మీద తాళాలు విరగకొట్టి తెరుస్తాడు.

అందులో బొడ్డుకోయని బిడ్డ దీర్ఘనిద్రలో వుంటుంది. ఆయనకళ్ళకి చీకట్లు కమ్ముతాయి.

ఇంతకంటే శ్రేష్ఠమైనపని చిత్రమైన ముగింపులను (ట్రిక్ ఎండింగ్స్‌ని) కల్పించడం. ఈ విధమైన ముగింపులకు సాటిలేని రచయిత ప్రఖ్యాత అమెరికన్ కథా రచయిత ఓ. హెన్రీ.

ఉదాహరణ:- 'ది గిఫ్ట్ ఆఫ్ మాగి' అనే కథ, 'డెలాయెంగ్' తన భర్త జిమ్‌కు ఒక క్రిస్ట్‌మస్ బహుమానం కొని ఇద్దామనుకుంటుంది అలాగే జిమ్ భార్యకు ఏదైనా బహుమతికొనాలనుకుంటాడు. ఇద్దరివద్దకూడా డబ్బు వుండదు.

వాళ్లు ఎలాగో ఒకలా వాటిని కొనడంలో కృతకృత్యులవుతారు: డెలా భర్త వాచీకోసం ఒక గొలుసూ, జిమ్ డెలా జుత్తుకోసం రెండు దువ్వెనలునూ, చివరికి జిమ్ భార్య దువ్వెనలకోసం వాచీని, డెలా భర్త వాచీ చెయిన్ కోసం జుత్తూ అమ్ముకున్నారని తెలవడంతో కథ ముగుస్తుంది.

ఇలాంటి ముగింపులు ఆశ్చర్యంతోబాటు జాలినికూడా కలిగిస్తాయి.

ఆన్‌టన్ చెకోవ్ 'వెన్‌జెన్స్' మొపాసా 'నెక్ లెస్' కథలు సస్పెన్సుకీ, ఆశ్చర్యకరమైన కథాంతాలకు గొప్ప ఉదాహరణలుగా చెప్పవచ్చు.

కథాసూత్రం:-

కథలకు నియమిత సూత్రమనే దేదీలేదు; దాన్ని ఏర్పరచడం కష్టమైన పనే!

ఐనా సాంప్రదాయ సిద్ధంగా వస్తున్న కథలన్నీ ఒక సమస్యా, ఒక అడ్డంకు రక్తి కట్టించే ఉద్గమం, క్లైమాక్స్, ఆశ్చర్యకరమైన ముగింపూ కలిగి, మంచి ఇతివృత్తంపై ఆధారపడివుండి, ఉద్దేశయుక్తమైన నాటకీయ కథాప్రణాళికను కలిగి వుంటున్నాయి.

అందువల్ల ఒక సంఘటనా, ఒక సంఘర్షణా, ఒక క్లైమాక్స్ కలిపి, సామాన్యమైన కథకు కథాప్రారంభం, మధ్య భాగం, ముగింపు అవుతాయనవచ్చును. దీన్నే కథాసూత్రమని పిలవచ్చు. మామూలుగా కథయొక్క పరిమాణాన్ని బట్టి సంఘటనలూ, క్లిష్టపరిస్థితులూ, ప్రతిష్ఠంభనలూ ఎక్కువగా వుంటూంటాయి. ఎక్కువ సమస్యలూ, సంఘర్షణలూ వున్నా కథని క్లిష్టమైన కథ (కాంప్లెక్స్‌స్టోరీ) అంటారు.

మూడవ అధ్యాయం:

కథారచన

భావాల్ని పొందడ మెలా?

"సాధారణంగా కథానికా రచన మూడు విధాలు: సమాజంలో కనిపించే పాత్రలను తీసుకుని వారి చరిత్ర చిత్రించడం; లేదా కథానికను అల్లి అందు కనువుగా పాత్రలను మలచి చెప్పడం; లేదా మనోఫలకంలో కనిపించే రమ్యమైన విషయాన్నో, భావాన్నో, సన్నివేశాన్నో హృదయంగమంగా పరిపోషించడం." - అవసరాల

కథారచనకు పూనుకునే ముందు మనకు ఎదురయ్యే ప్రశ్న భావాల్ని పొందడ మెలా? అనేదే. 'ఏం రాయాలి?' అనేది పెద్ద సమస్యే అవుతుంది. 'నాకే ఒకప్లాను తడితేనా?' అనుకుంటారు, ప్రారంభరచయితలు.

"మీకు కథలు రాయడానికి భావాలు ఎక్కడ్నించి వస్తాయండీ?" అనికూడా కొందరు ప్రశ్నిస్తుంటారు. కాని ప్రారంభ దశలో ఎవరికీ భావాల కొరత ఏర్పడకూడదు; బహుశా, భావాలు అధికమై బాధపడతారేమోకూడా!

మామూలుగా మనం సంఘాన్నుండి, ప్రకృతినుండి భావాల్ని పొందుతాం, వాటి ప్రభావంవల్లే మనలో భావాలుద్భవించుతాయి.

మనం భావాల్ని పొందే విధానం మూడు రకాలుగా వుంటుంది:-

1. కన్నవి, 2. విన్నవి, 3. ఊహించినవి.

1. కన్నవి:- మనం జీవితంలో ప్రతినిత్యమూ ఎన్నో సంఘటనలు చూస్తూంటాము. వాటిలో చాలాభాగం మనకు కథావస్తువులుగా పనికి వొస్తాయి.

అయితే సాహిత్యంలో భాగాలు అవడానికి వాటిని అభివృద్ధిపరచాలంతే! మన కథా సాహిత్యంలో ఎక్కువ భాగం నిత్య జీవితాన్నుండి తీసుకోబడినదే! మన దృష్టిని ఆకర్షించిన ఏ విషయమైనా, అది ఎందువల్ల అలాచేస్తోంది? దాని ప్రత్యేకత ఏమిటి? అది ఇతర ప్రజానీకాన్ని ఆనందింప జెయ్యడానికి పనికివస్తుందా? అని ఆలోచించగల

మానసికాభ్యాసాన్ని పొంది వుండడం మనకు అత్యావశ్యకమైన కనీస ధర్మం. వింతగా, ఆకర్షకంగా కనపడే విషయాలను గమనించడం నేర్చుకోవాలి. మనం చూసిన విషయాలను కథగా రాసేటప్పుడు, వాస్తవ మనిపించవని తోచిన అంశాలను వదిలి వేయవచ్చు.

కళ అనేది కృత్రిమమైనదే కాని యథార్థమైనది కాదు. కనుక సహజ సంఘటనల్ని, అవసరమనిపిస్తే, మార్చి సరిదిద్దే హక్కు కళాకారులకు వుంటుంది.

సంఘంగాని, ప్రకృతికాని మనకు కథావస్తువుల్ని అందిస్తాయని ఎదురుచూస్తో కూచోకూడదు. జాగర్తగా పరీక్షించి సమాజం మనకు ఏ ప్లాటు నిస్తుంది? అని పరిశీలించాలి. అప్పుడు ఇతివృత్తాలకు లోటుండదు.

నిజ జీవితంలో చాలామందిని ఆకర్షించని విషయాలు, కాల్పనిక సాహిత్య భాగాలుకూడా – చక్కగా రాసినట్టయితే పాఠకుల్ని ఆకర్షించక మానవు. అంతా మనం రాసే విధానంమీదే ఆధారపడుతుంది.

2. విన్నవి:– ప్రతిరోజూ జరిగే విషయాలు, మనం స్వయంగా చూడకపోయినా, మిత్రుల సంభాషణలవల్లా, పత్రికా ముఖంగానూ, ఎన్నో విషయాలను తెల్సుకుంటో వుంటాము. వాటిని శ్రద్ధగా గమనిస్తే మనకు కథలకు కావల్సినంత ముడిసరుకు దొరుకుతుంది. ఆ విషయాలు మనకు తిన్నగా అనుభవంలోకి రాకపోయినా ఫరవాలేదు.

చాలామంది మిత్రులు కథలు రాయడం చాతకాని వాళ్ళు, “నాకు కథ రాయడానికి ఒక ‘ఐడియా’ వుందండీ” అంటూవుంటారు. ఒక్కొక్కప్పుడు ఈ మిత్రులు చెప్పే ‘ఐడియాస్’ కూడా చాలా గొప్పగానే వుంటూంటాయి. అవసరమయిన నగిషీలు చెక్కి వాటిని కథారూపకంలోకి మార్చవచ్చు.

3. ఊహించినవి:– మనం నిరంతరం ఆలోచనాపరులమై వుండాలి. అలా వుండేటప్పుడు ఎన్నో కొత్తవూహలు రసాత్మకమైనవీ, ఉదాత్తమైనవీ, మనకు కలుగు తుంటాయి. వాటిని అభివృద్ధిచేసి గ్రంథస్థం చెయ్యవచ్చు.

దానిని బట్టి మన ‘మ్యూజింగ్సు’ మనకి భావాల్ని పొందడంలో సహకరిస్తాయని ద్యోతక మవుతుంది.

అప్పుడప్పుడు స్వాప్నిక జగత్తులో కూడా మంచిమంచి భావాలు తోస్తాయి.

ఇతరుల రచనలను చదివేటప్పుడూ రమ్యమయిన విషయాలను విన్నప్పుడూ, మనకు స్వంతభావాలు, చక్కనివి కలుగుతాయి. వాటినికూడా అభివృద్ధిపర్చి కథలుగా రాయ వచ్చును.

ఒక కథావస్తువు దొరకడం సులువే- దాన్ని ఆకర్షణీయంగానూ సంభావ్యత కలిగేలానూ రాసేదానితో పోల్చిచూస్తే, ప్రతిసారీ భావం కలగగానే కథ రాయడం సాధ్యమవకపోవచ్చు. ఒక్కొక్క భావం పరిపక్వమయి కథగా మారడానికి కొన్ని నెలలూ, సంవత్సరాలు కూడా పట్టవచ్చు.

మనకు కథలకు కావాల్సిన ఊహలకు లోటేమీ వుండదు. అంతగా గొప్ప పరిశీలనాశక్తీ, ఊహాశక్తిలేని వారమయినప్పటికీ తోచిన భావాలతో కథలు రాసుకుంటూ పోతున్నట్టయితే కొత్త భావాలు అవంతటవే కలుగుతూంటాయి. అందులో కష్టమేమీ వుండదు.

భావాల పుస్తకం:- మనకు కథకు ఏదైనా మంచి భావంతోచగానే దాన్ని క్లుప్తంగా భావాల పుస్తకం (ఐడియా బుక్) లో రాసుకోవాలి. ఇది అశ్రద్ధచెయ్యకూడదు. లేకపోతే మనం చాలా కథావస్తువుల్ని మర్చిపోవడం జరుగుతుంది.

ఈ విధంగా థీమ్స్‌ని రాసి వుంచుకున్నట్టయితే, కథ వ్రాయదల్చుకున్నప్పుడు, వాటిని గురించి కొంతసేపు ఆలోచించి, అభివృద్ధిపర్చి కథలుగా వ్రాయ గలుగుతాము.

భావాలను వృద్ధిపరచడ మెలా?:- వాస్తవంగా మనకు కలిగిన భావాలను అభివృద్ధి పర్చి, కాగితంమీది కెక్కించే దెలా? అనే సమస్య కలుగుతుంది. అది అంత కష్టమయిన విషయం కాదు.

శ్రీ కొడవటిగంటి కుటుంబరావుగారి 'వాయు భక్షకుడు' అనే కథను పరిశీలిద్దాం. వారికి ఆ కథ రాయాలనే భావం, బహుశా, కొన్నాళ్లక్రితం అమలాపురం వద్ద అఖండ ప్రజానీకాన్నీ ఆశ్చర్యంలో ముంచెత్తిన 'బాలయోగి' కథని విన్నాక కలిగివుండవచ్చు.

ఆయన 'భగవదాంశ సంభూతుడు' అనేదాన్ని నమ్మలేనిమూలానో ఎందువల్లో, నిజంగా 'వాయు భక్షకుడు' అయిన బాలుడ్ని స్వార్థంకోసం కొందరు ఉపయోగించు కుంటున్నట్టుగా చక్కని కథని అల్లి, మనకి అందించారు.

అదే విధంగా మనం సమాజాన్నుండి పొందే ఊహల్ని, మన దృక్పథంలోంచి వీక్షించి, అభివృద్ధిపర్చి, సర్వజనామోదం పొందజాలిన రసవత్తరమైన కథలను సృష్టించవచ్చు.

ఇతివృత్తం:-

"ముఖ్యముగా మనప్రజల జీవితమునుండి కథలను సృష్టించవలెను. రచయితలు మొదట రసానుభూతిని పొందవలెను. ప్రజా జీవనమును తమ పాత్రలద్వారా ప్రతిబింబింప జేయవలెను. ఈ రెంటిని దృష్టిలో పెట్టుకొని రచించిన కథలకు ఎన్నదగిన లోప ముండనేరదు."

- సురవరం ప్రతాపరెడ్డి.

'మనం రాయదల్చిన కథలోని విషయము లేదా సంగతే ఇతివృత్త మనబడుతుంది. దీన్నే ఇంగ్లీషులో 'థీమ్' అంటారు.

ప్రతీ కథకూ ఏదో ఒక కేంద్రభావం ఉండితీరుతుంది. ఆభావాన్నే కథయొక్క థీమ్ అని చెబుతాము.

1. ప్రేమకోసం సర్వత్యాగం 2. వ్యతిరేక శక్తులతో పోరాడి జయించడం 3. ఎవళ్ళ పాపం వాళ్ళనే కట్టికుడుపుతుంది. 4. ధీరులు ఒక్కసారే మరణిస్తారు, అనేవి కొన్ని థీమ్స్, వీటిలో ఒక్కొక్క దానిపై ఎన్నెన్నో కథలు రాయవచ్చు.

మూడు గొప్ప ఇతివృత్తాలు:- అసలు కథా వాఙ్మయాన్ని పరిశీలిస్తే మనకు మూడేమూడు గొప్ప థీమ్స్ గోచరిస్తాయి.

1. ప్రణయ జీవితం, 2. అధికార కాంక్ష, 3. జీవితాపేక్ష.

అనాది కాలంనుండి నేటివరకు ప్రపంచంలో ప్రచురించబడిన కథలన్నీ, వీటిల్లో దేనికో ఒకదానికి సంబంధించినవై వుంటాయి. అయితే వాస్తవంగా రాయబడేటప్పుడు అవి అనంతమైన మార్పుల్ని పొంది ఉండవచ్చును.

1. ప్రణయ జీవితం:- దీన్ని సెక్సుథీమ్ అనవచ్చును. ఈ థీమ్‌పై వ్రాయబడే కథలను (అ) సాధారణ ప్రేమగాథలు (ఆ) సాంసారిక గాథలు (ఇ) త్రిభూజాత్మక కథలు (ఒక ప్రియుడు ఇద్దరు ప్రియురాళ్లూ గాని, ఒక ప్రేయసీ ఇద్దరు ప్రియుల మధ్యగాని జరిగే సంఘర్షణలతో కూడిన కథలు) అనే రకాలుగా విభజించవచ్చు.

2. అధికార కాంక్ష :- సామాన్యంగా ఈ థీమ్‌కు సంబంధించిన కథల్లో (అ) పగసాధింపు (ఆ) ఈర్ష్య (ఇ) లోభిత్వం మొదలైనవి ఉంటాయి..

3. జీవితాపేక్ష :- జీవితంపై ప్రేమని వెల్లడించే కథలన్నీ ఈ థీమ్‌కిందకు వస్తాయి. (అ) సాహస గాథలు (ఆ) స్వార్థ త్యాగ కథలు (ఇ) అభూతకల్పిత గాథలు (ఈ) యాత్రా గాథలు మొదలైనవి.

ఇతివృత్తం ఎలా వుండాలి?:- మనం కథలకు తీసుకునే ఇతివృత్తం నిత్య జీవితాన్నుండి తీసుకోబడినదై, రసాత్మకమైనదై వుండాలి. అప్పుడే అది పఠితలకు అభిరుచిని కలిగించగలదై వుంటుంది.

శ్రీయం. హీరాలాల్ రాయ్ ఇతివృత్తం గురించి ఈ విధంగా అంటారు "దైనందిన జీవితంలో సంఘటించే వ్యవహారాలు, భిన్న విచిత్రమైన విషయాలే కథలకు బునాదిగా వుంటాయి ... ... రచయిత హృదయానికి నూతనానుభూతులు కల్పించిన ఘట్టాలు ఇతివృత్తంగా స్వీకరించి రాస్తే కథకు చక్కని బలం చేకూరుతుంది."

కథలు గంభీరమైన ఇతివృత్తాలు కలిగి వుండాలి. దార్శనికమయిన విలువగల, నాలుగు కాలాలపాటు నిలిచే కథలను – చల్లనిపాలలాగ చప్పున త్రాగడం సాధ్యమవదు; వేడి కాఫీలా ఆగి, ఆగి, ఆస్వాదించ వలసి వస్తుంది.

ప్రజా జీవితం నుండి తీసుకున్న ఇతివృత్తాలైనా ఏదో నిగూఢసత్యాన్ని, పాఠకులకు తొలిసారిగా, బయల్పరుస్తున్నట్టు తోచేలా వుండాలి. అప్పుడే కథలు రక్తికడుతాయి.

మొత్తంమ్మీద మనం తీసుకునే ఇతివృత్తాలు సమాజాభ్యుదయానికి తోడ్పడేవై, సాంఘిక ప్రయోజన కారులుగా వుండేలా శ్రద్ధవహించాలి. అప్పుడే మన కథలు అభ్యుదయకరమైనవిగా భావించ బడతాయి. దీని కోసం సమకాలిక సమాజ స్థితిగతుల్ని 'ఆబ్జెక్టివ్' (వాస్తవిక) దృక్పథంతో పరిశీలించడాన్ని అలవర్చుకోవాలి.

ఉద్దేశం:–

మనం ఆత్మ ప్రేరణవల్లకాని, మరే ఇతర కారణంవల్లగాని కథా రచనకు పూనుకున్నప్పటికీ సాంఘిక జీవులమైన మూలాన, కథలలో మనఉద్దేశాన్ని దేన్నో చాటుగా, వెలువరించడానికి యత్నిస్తాం. అది తప్పనిసరిగా ప్రతీదీకళాత్మక సృష్టితోనూ జరుగుతుంది.

ఉద్దేశం అంటే కథచాటే నీతి లేక సందేశమే!

దాన్ని బహిరంగంగా కథల్లో ఎక్కడా రచయిత చెప్పకూడదు. నిగూఢంగా వుండాలి. కథాగమనం దాని అస్తిత్వాన్ని నిరూపించ గలిగినదై వుండాలి. ఏ కథా వుద్దేశ రాహిత్యంగా రాయబడదు. అసలు కథా రచనకు పురికొల్పేదికూడా వుద్దేశమే అవుతుంది. ఎక్కువ సందర్భాల్లో.

ఐతే కొన్ని హాస్య కథల్లోను, నిజ జీవితాన్ని ప్రతిబింబించే కథల్లోనూ, ఉద్దేశాన్ని చాటడం సాధ్యం కాకపోవచ్చు.

కాని కథ యొక్క లోతుని తెలిపేది. కథకు గొప్ప తనాన్ని ఆపాదించేదీ ఉద్దేశమే!

థీమూ. ఉద్దేశం ఒకటికాదు. కథా విషయం థీమ్ అయితే, కథ నిరూపించే నీతి ఉద్దేశం (మోటివ్) అవుతుంది. ఈ రెండిటిని ఒక దానికి ఒకటి అనుకుని కంగారు పడకూడదు.

ఉద్దేశమేదైవుండాలి? అనేది మరోప్రశ్న! దాన్నెవరూ ఆజ్ఞాపించలేరు. రచయిత స్వంత అభిప్రాయాలపై ఆధారపడి వుంటుంది.

ఒకటిమాత్రం చెప్పవచ్చు: మేధావంతులైన కథకులు సత్యం, న్యాయం, ధర్మం, వైపే మొగ్గుతారని అన్నది సంశయ రహితమే. అందువల్ల కథల ఉద్దేశంకూడా ప్రజాభ్యుదయాన్ని కాంక్షించేదిగా వుండాలి. అప్పుడే కాలానుగుణ్యమైన గొప్ప కథలు వెలువడుతాయి.

కథాప్రణాళిక: –

కథయొక్క బందుకట్టు లేక ఎత్తుగడనే కథాప్రణాళిక అంటారు. అదే ప్లాటు అనికూడా పిలవబడుతుంది.

చదివిందో, జరిగిందో, పరిశీలించిందో, ఎదో ఒక భావం మనకు చూచాయగా గోచరిస్తుంది. అది మనమనసు నాక్రమిస్తుంది. ఆ ఊహ ఒక ఆకారానికి రాగానే 'ఐడియాబుక్'లో రాసుకుంటాం. తర్వాత క్రమంగా తక్కిన భావాలు కలుస్తాయి. వెంటనే అదే ఒకప్లాటు ఐ కూర్చుంటుంది.

ప్లాటు అనేది కథకి అస్థిపంజరం లాంటిది. భావాలూ, భాషా, శైలీ, పాత్రీకరణా, అన్నీవున్నా, చక్కని ప్లాటు లేకపోతే కథలు పేలవంగా వుంటాయి.

ప్లాటు నిర్మాణం: – థీమ్‌ని విస్తరిస్తే ప్లాటూ, ప్లాటుని విపులీకరిస్తే, కథాసంగ్రహం, దాన్ని అభివృద్ధిపర్చి, వివరంగా రాస్తే కథా అవుతాయి.

థీమ్ తోచాక, ప్లాటుని పన్నడమే మనపని.

నాటకీయ కథాప్రణాళిక కేవలం సంఘటనల సంగ్రహ రూపమే! అయినప్పటికీ అవి అతికినట్టుగా గాక సహజంగా వుండాలి.

ప్లాటు నిర్మాణానికి తెలివీ, కాలమూ, ఓపిక కావాలి. అనుభవం వచ్చాక అది అంత కష్టమనిపించదు.

పాత్రల చుట్టూ తిరిగి వాతావరణాన్ని కల్పించి, పరిస్థితుల వలనిపన్ని, వాటిలో ఆయా పాత్రలు ఇరుక్కునేలా చెయ్యాలి. మొదటి సంఘటన నుండే పాత్రల కార్యాచరణ ప్రారంభ మవ్వాలి. తర్వాత 'క్లైమాక్స్'ని చేరేవరకూ, సంఘటనలను క్రమపద్ధతిలో, ఏర్పరుస్తూపోవాలి.

పెక్కు దిశల్లో ఒక్క సారిగా ఆలోచించగల చాకచక్యమే చేరేవరకూ, సంఘటనలను క్రమపద్ధతిలో ఏర్పరుస్తూపోవాలి.

నాటకీయ కథాప్రణాళిక ఈ క్రింది విషయాలపై ఆధారపడుతుంది.

1. ఒకటీ లేక ఎక్కువ పాత్రలు:
2. వాటి స్వభావానుకూలమైన, లేక వ్యతిరేకమైన కార్యాచరణ
3. సంఘటనలు; పాత్రలపై సంఘటనల ప్రభావం;
4. పాత్రల సంఘర్షణా? దాని పరిణామం.

కథాప్రణాళిక ఎప్పుడూ వివేకవంతంగా వుండాలి; సక్రమంగావుండాలి. కథాస్థలం తరుచు మారకూడదు. ఎక్కువ సమయభేదం కూడా వుండకూడదు. సమయస్థలాల మధ్య ఐక్యత అత్యావశ్యకం.

ప్లాటును ఏర్పర్చుకునే ముందు కథమస్తిష్క సంబంధమైనది కాదు. హృదయ సంబంధమైనది అని గుర్తుంచుకోవాలి. మన ఉద్దేశాలు పాత్రల వాద ప్రతివాదాల ద్వారాగాక, వాటి కార్యాచరణ రూపేణా వెల్లడయ్యేలా కథాప్రణాళిక నిర్మించుకోవాలి.

ప్లాటును ఏర్పర్చుకునే విధాలు ముఖ్యంగా రెండు:-

1. పాత్రల్ని బట్టి కథ అల్లుకోవడం:- ఈ పద్ధతిలో పాత్రలే కథాప్రణాళికను తయారు చేస్తాయి.

లోకంలో మనలను ఆకర్షించిన పాత్రలను తీసుకుని వాటిచుట్టూ ప్లాటు పన్నాలి. పాత్రల మధ్య "ఇంటర్ క్రాసింగ్ ఆఫ్ పాత్స్" (వైరుధ్యం) వుండాలి.

(1) రెండు పాత్రల లక్ష్యాల్లో వైరుధ్యం వుండవచ్చు.

ఉదాహరణ:- (అ) ఇద్దరు యువకులు ఒకే స్త్రీని ప్రేమించడం, (ఆ) ఒక ద్రోహి అమాయకుడ్ని బాధించడం, (ఇ) ఒక నేరస్థుడు తప్పించుకో జూడడం... ... మొదలైనవి.

(2) ఒక్కొక్కసారి మానవుని అభీష్టానికీ ప్రకృతి శక్తులకూ 'ఇంటర్ క్రాసింగ్ ఆఫ్ పాత్స్' ఉండవచ్చును.

ఉదాహరణ:- (అ) వరద బీభత్సానికి గురి అవడం, (ఆ) భూకంపం... మొదలైనవి.

(3) తరుచు కథల్లో సంఘర్షణనేది రెండు పాత్రల అభిరుచుల వైరుధ్యం (ఇంటర్ క్రాసింగ్ ఆఫ్ ఇంటరెస్ట్స్) వల్లకూడా కలుగుతుంది.

ఉదాహరణ:- (అ) యజమానులకూ, కూలీలకూ కలిగే ఘర్షణలు. (ఆ) పాలకుడికీ, పాలితులకీ మధ్య జరిగే సంఘర్షణలూ... మొదలైనవి.

2. సామాన్యంగా మనకు కథే ముందు తడుతుంది. ఆ కథానిర్వహణార్థం అవసరమైన పాత్రల్ని కల్పిస్తాం, వాటి ఆధారంతో కథని నడిపిస్తాం.

ప్లాటునిబట్టి పాత్రలా? పాత్రల్ని బట్టి ప్లాటా? అనేది పెద్దసమస్య కాదు. నిజంగా కథారచనకి పూనుకునేటప్పుడు ఒకదాని వెంబడి ఒకటి మన మెదడులో ఏర్పడుతాయి; లేదా ఒక్క సారే జనించవచ్చును.

ప్లాటు పాటవాన్ని పరీక్షించే దెలా?:- ప్లాటు నిర్మించుకున్నాక ఈ క్రింది ప్రశ్నలు వేసుకుంటే, మన ప్లాటు ఉత్తమమయిందో, కాదో, సలక్షణంగా వుందో లేదో తెలుస్తుంది.

1. కథలో నైతిక విలువ వున్నదా?
2. కథ పఠితల్లో మానసికోద్రేకాన్ని కలిగిస్తుందా?
3. సంభావ్యత వున్నదా?

4. పాత్రలు, పాఠకుల సానుభూతిని పొందుతాయా?
5. సమయ, స్థలాలమధ్య ఏకత్వం వున్నదా?
6. నాటకీయ బిగువు వున్నదా?
7. ప్రారంభం ఆకర్షణీయంగా వున్నదా?
8. ఆదినుండి తుదివరకూ ఆసక్తి వృద్ధి అవుతోందా?
9. క్లైమాక్స్ సహజంగా వుందా?
10. ముగింపు ఆశ్చర్యకరంగా గాని, కనీసం సంతృప్తికరంగా గాని వుందా?

కథాకథన విధానాలు:-

కథ చెప్పేతీరులు చాలా రకాలుగా వుంటాయి. ముఖ్యమైనవి ఈ క్రింది విధాలు:-

1) ప్రథమ పురుష కథనం:- ఎక్కువ కథలన్నీ, సాధారణంగా, ఈ పద్ధతిలోనే వ్రాయబడతాయి. రచయిత కథలో ఎక్కడా కనబడడు. ఏదోకథ, ఎవరికో సంబంధించినది చెబుతున్నట్టుగా రాస్తాడు. కథను ఒకళ్లు చెబుతున్నట్టుగా గాక, జరుగుతున్న దాన్ని మనం తెల్సుకుంటున్నట్టుంటుంది చదివేటప్పుడు.

2. ఉత్తమపురుష కథనం:- ఈ కథలు ఉత్తమపురుషలో, రచయిత స్వీయగాథని చెబుతున్నట్టుగా, రాయబడతాయి. రచయిత స్వయంగా చూసినదాన్ని గాని, స్వానుభవాన్ని గాని చెబుతున్నట్టుగా, ఈ కథల్ని రాస్తారు. చాలా కథలు రచయితే ప్రధానపాత్ర అయినట్టు ఉంటాయి. 'నేను' అని చెబుతున్నట్టు వ్రాయబడే కథలన్నీ ఈ విధమైనవే.

వీటిని 'కన్‌ఫెషన్ స్టోరీస్' అనికూడా అనవచ్చును. వాస్తవికానుభవాలను దాచకుండా చెప్పడమే 'కన్‌ఫెషన్'

ఈరకమైన కథల్లో అప్పుడప్పుడు వేరువేరు భాగాలను, వివిధ పాత్రలు ఆత్మానుభవాల్ని చెబుతున్నట్టుగా కూడా రాయడం జరుగుతుంది.

అదొకపద్ధతి. శ్రీ మునిమాణిక్యం వారి 'రుక్కుతల్లి' ఈ రకమైన కథనానికి మంచి ఉదాహరణ.

అంతకంటె తక్కువగా, కథాకథనానికి అనుసరించే విధానాలు ఈ క్రింద నీయబడ్డాయి.

1. మధ్యమ పురుష కథనం:- 'నిన్ను' ఒక కథానాయకుడిగా చేసి కథ చెప్పినట్టయితే, అది ఈరకంలోకి చేరుతుంది. ఈ రకపు కథలు తెలుగులో చాలా కొద్దిగానే రాయబడ్డాయి.

ఈ కథల్లో సామాన్యంగా క్రియా పదాలు భవిష్యత్కాలంలోనే వాడాల్సి వస్తుంది.

శ్రీ కొడవటిగంటి కుటుంబరావు గారి 'రోడ్డుమీది శవం' అనే కథో (రెండవ భాగంలో) కొంతవరకు ఈ పద్ధతి వాడబడింది. నా 'మధ్యతరగతి మనస్తత్వం' ఈ రకమైన కథ.

2. పాత్రకోణ కథనం:– కథలో ఒక పాత్రను కోణపాత్రగా తీసుకుని, దాని దృక్కోణం నుండి కథ చెప్పబడుతుంది. కథంతా పాత్ర 'పలుకని' వ్యాఖ్యానంగా వుంటుంది. సాధారణంగా ఒక కథకు ఒకేకోణ పాత్రను ఎంచుకోవడం మంచిది. లేక వేరు వేరు భాగాలకు వేర్వేరు కోణపాత్రలు తీసికోవచ్చు.

శ్రీధనికొండ వారి "అతడు – ఆమె + ఈమె" అనే కథలో మూడు కోణపాత్రలు తీసికోబడ్డాయి.

3. లేఖారూప కథనం:– కొన్ని కథలు పూర్తిగా లేఖల రూపంలో వ్రాయబడతాయి. వివిధ పాత్రలు రాసే ఉత్తరాల ద్వారా వివిధ కథా భాగాలు వెల్లడించ బడుతాయి.

శ్రీమాచిరాజు దేవీప్రసాదరావు గారి 'కచేరి కథనం' ఈ రకానికి చెందినదే.

4. డైరీరూప కథనం:– పాత్రల "దినచర్య" లను తెలిపేటట్టుగా డైరీనుండి భాగాన్ని ఎత్తిచూపుతున్నట్టు రాస్తూ, కథను వెల్లడించటమే ఈ పద్ధతి.

'ఒక పత్రిక డైరీనుంచి' అనే నాకథ ఈరకానికి చెందినదే.

రచనా విధానాలు:–

మామూలుగా మనం రాసే రచన రెండు విధాలుగా వుంటుంది.

1. వ్యాఖ్యానాత్మకరచన:– దీన్నే 'ఎక్స్పొజిటరీ రైటింగ్' అంటారు. మనం వ్యాసాలను, తదితర రచనలను రాసేతీరు ఇది. మన కథాసంగ్రహాలు కూడా ఈవిధంగానే వ్రాయబడతాయి.

2. కథానాత్మక రచన:– దీనినే రాజకీయ రచన (నెరేటివ్ లేక డ్రమెటిక్ రైటింగ్) అని కూడా పిలవవచ్చును. ఇందులో రచనా విధానం అంతా క్రియాత్మక రూపంలోనే వుంటుంది.

కథాసంగ్రహంలో మనం 'ఇద్దరు ప్రేమించుకుంటారు.' అని రాస్తాం. కాని నిజంగా కథ రాసేటప్పుడు అలాంటి వాక్యాలు రాయబడకూడదు. వాళ్ళ ప్రేమని తెలిపే సంఘటన నొకదాన్ని తీసుకుని, క్రియాత్మకరూపంలో రాసుకుపోవాలి. అదే నాటకీయ రచన అనిపించుకుంటుంది. మనం కథలను రాసేటప్పుడు, ఈ భేదాన్ని రచనలో చూపగలగాలి.

కథారచన:–

కథా రచన కుపక్రమించే ముందు, కథను అల్లాక, కథాప్రణాళికనంతనూ తలలో ఇముడ్చుకునే బదులు, దాన్నిక్లుప్తంగా కథాసంగ్రహంగా రాసుకోవాలి.

కథాసంగ్రహం అంటే ఏమిటి?:- కథాసంగ్రహమంటే ప్లాటు ప్రకారం, క్లుప్తంగా రాయబడే కథే.

దీన్ని ముందుగా రాసుకోవడం వల్ల విస్పష్టమైన రచనకీ, సక్రమ కథాభివృద్ధికీ వీలుకలుగుతుంది.

ఐదువేలు మాటలుగల కథకు చక్కని కథాసంగ్రహం సుమారు రెండువందల మాటల్లో రాసుకోవచ్చు.

రచనాక్రమం:- కథాప్రణాళికను దృష్టిలో పెట్టుకుని, కథా సంగ్రహాన్ని అభివృద్ధి చేస్తో రచనాక్రమానికి పూనుకోవడమే మన తర్వాత పని.

నెరేటివ్ హుక్, నాటకీయ రచన, సస్పెన్సు, క్లైమాక్స్, ఆశ్చర్యకరమైన ముగింపులపై ఎక్కువ దృష్టిని కేంద్రీకరించవల్సివుంటుంది.

ప్రారంభదశలో మనం కథాసూత్రం ప్రకారం రచనకు పూనుకోవడం అవసరం. పేరుపొందిన రచయితలు 'ఫ్లాష్‌బాక్' పద్ధతిని అవలంబించకుండానే కథలు రాయవచ్చు; నాటకీయస్థాయిని కల్పించక పోవచ్చు; కాని మనం ఆరంభదశలో ఆ కథలను అనుకరించడానికి యత్నించుదాం. అప్పుడే కథకులుగా జయంపొంద గలుగుతాము.

ఐతే నాటకీయ పరిస్థితిని కల్పించడంకోసం అవాస్తవిక విషయాలను, అసంభవ సంఘటనలను కల్పించడానికి పూనుకోకూడదు. కథాసామాగ్రిని ఉచితోపయోగంచేసి, రామణీయకమైన కథలను - ప్రజా హృదయతంత్రులను స్పర్శించగల వాటిని - సృజించాలి.

ఉదాహరణ:- ఒక కథ రాయాలనే భావం ఎలా కలుగుతుంది? దాన్ని ఎలా అభివృద్ధిపరచ గలుతుతాం? అనేదాన్ని చూపడానికి నా 'నిష్కామకర్మ' అనే కథని (ఆంధ్రపత్రిక, సచిత్ర వారపత్రికలో, ప్రచురితము) తీసుకుందాం.

భావం:- జనగామ రైల్వే ప్రమాదవార్త విన్నాక ఆ కథ రాద్దామనే ఆలోచన కలిగింది. ఎటువంటి పరిస్థితినైనా స్వార్థంకోసం వాడుకో గల ప్రవీణులున్నారు మన దేశంలో. వాళ్ళల్లో ఒకనిని గురించి రాద్దామనుకొన్నాను.

థీమ్:- 'అంతా స్వార్థంకోసమే' అనేది కేంద్రభావం. ఒక ఇన్సూరెన్సు ఏజెంటు ఆ వాతావరణాన్ని ఎలా వాడుకో గలుగుతాడా? అని ఆలోచించాను.

ప్లాటు:- బాగా ఆలోచించి ప్లాటును ఈ క్రిందివిధంగా ఏర్పర్చుకున్నాను.

ప్రారంభం:- కమలాకర్ అనే అతను రైలు ఎక్కి బెడ్డింగ్ పరుస్తాడు. త్వరలో పెట్టె నిండుతుంది. వెనకాల ఓ పెద్దమనిషి రైలు కదిలే వేళ ఎక్కుతాడు. అతన్ని ప్రార్థించి పక్కపైన కూచుంటాడు.

మధ్యభాగం:- ఆగంతకుడు కమలాకర్‌కి జనగామ రైలు ప్రమాదాన్ని గురించి అడిగి తను ఆ రైల్లో వున్నట్టుగా, తన అనుభవాన్ని చెబుతాడు; కమలాకర్, ఎంతో ఆతృతతో వింటాడు. రైలు ప్రయాణిస్తోనే వుంటుంది.

సస్పెన్సు:- మొదట పాఠకులకు ఆ ఆగంతకుడెవడా? కమలాకర్ ఎవరు; 2. అతడు తన స్వానుభవాన్ని చెప్పేటప్పుడు, ఆ గండం గడిచి ఎలా బయట పడ్డాడా? 3. అసలు ఆ ప్రయాణీకులకు ఏమి సంబంధం? అనే అనిశ్చితస్థితికలిగి, పాఠకులు ఎంతో ఆసక్తితో కథని చదువుతారు.

క్లైమాక్స్ ముగింపు :- తన స్వానుభవమంతా పెట్టుకుని, నేటి అస్థిర దినాలలో ఏమీ శాశ్వతంలేదనీ, బయటికి వెళ్ళిన వాళ్ళు తిరిగి వచ్చేవరకూ నమ్మకం లేదనీ, అందుకనే తను ఇరవై వేలకు ఇన్సురెన్సూ చేశాననీ, కమలాకర్‌ని కూడా ఇన్సురెన్సు చెయ్యమనీ అడగడంతో కథ క్లైమాక్స్ అందుకొని అసలు కథని గ్రహించిన కమలాకర్ రగ్గు క్రిందికి చేరడంతో ముగుస్తుంది.

ఉద్దేశం:- ప్రచార పద్ధతులు ఎంత అధునాతనంగా మారాయో చూపడమే, ఈ కథ ఉద్దేశం.

కథారచనలో గెలుపొందే ముఖ్య రహస్యం "నేను ఫలానా కథ రాయాలనుకుంటున్నా" నని కాగితాన్నీ, కలాన్నీ తీసుకోగలగడమే. కథ వేళ్లకొననుండి కాగితాలమీదికి కలంద్వారా ప్రవహిస్తుందా అన్నట్టున్నప్పుడే రాయాలి. కాగితం ముందు కూచొని ఆలోచించకూడదు.

నాలుగవ అధ్యాయం:

మొదటి కథ

తొలిమేధా శిశువు :-

'రాయడమనేది చాలా నికృష్టమైన జీవితమే; కాని బతకదగిన జీవితం అదొక్కటే,"

- ఫ్లాబర్ట్

కథకులుగా జీవించడం కష్టమైన పనే. కాని మనం కథకుల మవడానికి ఎలాగా నిర్ణయించుకున్నాం. అందుకని విరామంలేకుండా, సాహిత్య సాధనకి పూనుకోవాలి. అప్పుడే యశోధరులమై సాహిత్యలోకంలో పౌరసత్వాన్ని పొంద గలుగుతాం.

మొదటి కథ ఏదైవుండాలి?:- తొలి రచనకు పూనుకునే ముందు అది ఏమిటై వుండాలి? అనే సందేహం కలుగుతుంది. ఆదిలో మనం సంపూర్ణ కథ లక్షణాలుగల సామాన్య కథలను - కథానికలను రాయడానికి ప్రయత్నించాలి.

అవి రాయడం సులభం; ఎందుకంటే వాటిల్లో ఒకే సంఘటన, ఒక సంఘర్షణా, ఒక క్లైమాక్స్ వుంటాయి.

అనుభవం కలిగాక, క్రమక్రమంగా కాంప్లెక్స్ స్టోరీల రచనకు పూనుకోవచ్చు.

ఏ విషయంపై రాయాలి?:- మన మొదటి కథ ప్రచురిత మవదగినదై వుండాలి.

ప్రచురిత మవదగిన దేది? అన్నిటికన్న సులువుగా ప్రచురించబడేవి ప్రేమ కథలే!

కథాసాహిత్యం, పుట్టినప్పటి నుండి నేటివరకూ అసంఖ్యాకమైన ప్రేమ కథలు రాయబడి ప్రచురించబడ్డాయి. వాటికి అంతంలేదు లోకంలో ప్రేమనేది ఉన్నంతకాలం.

ప్రేమ కథాసూత్రం 'ఒక యువకుడూ, యువతీకల్సి ప్రేమలో పడ్డమే' అయినా వివరాలు రాయడంలో, చిలవలూ పలవలూ కల్పించడంమీద, ప్రేమ కథల గెలుపు ఆధారపడుతుంది.

ఐతే ప్రతీవ్యక్తి జీవితంలోనూ రాజకీయ, ఆర్థిక, సాంఘిక బాధలు చొచ్చుకు పోతున్న నేటి సామాజిక పరిస్థితుల్లో ప్రేమని జీవితాన్నుండి వేరుచేసి చూపించడం అసమంజసం. అందువల్ల నేడు వెలువడుతున్న ప్రతి ప్రేమ కథా ఆర్థిక, సాంఘిక, రాజకీయ సమస్యలతో, దేనితోనో ఒక దానితో ముడిపెట్టబడి ఉంటోంది. వాస్తవిక సమాజంలో నుండి పుట్టిన ప్రేమ కథలకేగాని, అవాస్తవిక, అత్యాదర్శ ప్రాయాలైన ప్రేమ కథలకు నేడు ప్రచురణావకాశాలు తక్కువ.

ఇద్దరు యౌవ్వనంలో వున్న స్త్రీ పురుషులు ప్రత్యేక పరిస్థితుల్లో కల్సుకొని ప్రేమలో పడతారు; తర్వాత ప్రేమకలాపంలో అయిష్టల మూలాన, పెనుతుఫాను చెలరేగుతుంది; అదే కాంప్లికేషన్ (చిక్కు పరిస్థితి) దీనితోనే సస్పెన్సు కలుగుతుంది; తర్వాత చమత్కారమైన పద్ధతిలో కథ ముగించ బడుతుంది. రచయిత స్వభావం, మానసిక, శారీరక పరిస్థితుల్ని బట్టి కథ సుఖాంతంగా గాని, విషాదాంతంగా గాని వుంటుంది. అదే మన తొలి మేధాశిశువు?

మొదటి కథ ఎంత ఉండాలి?:- సాధారణంగా మొదటి రోజుల్లో కథానికలను రాయడానికి యత్నించాలి.

చిన్న రచనలు చదవడం, ప్రచురించేదీ లేనిదీ నిర్ణయించడం సులభం.

మన తొలి కథలో పదిహేనువందలు నుండి రెండువేల మాటలు ఉండేలా రాస్తే చాలు. ఇంతకంటె తక్కువ మాటలతో రాయబడ్డ కథలు ఎన్నో వున్నాయి.

పాఠకుల కాలాన్ని పదిహేను ఇరవై నిమిషాలకన్న ఎక్కువసేపు తీసుకోని కథలు వెంటవెంటనే చదువబడతాయి.

మాటల్ని లెక్క పెట్టడ మెలా?:- మాటల్ని అన్నిటినీ లెక్క పెట్టక్కర్లేదు. పేజీకి సరాసరి మాటల్ని చూసుకొని, దాన్ని పేజీల సంఖ్యతో గుణించి, రాయదల్చిన కథలోని మాటలకోసం ఎన్ని పేజీలు రాయాలో గుర్తుంచుకుంటే చాలు.

సరంజామా:- కథలు రాయడానికి మనకు కలం, సిరా, కాగితాలు, కార్బన్ కాగితాలు, ఐడియాబుక్, గుండుసూదులూ, కవర్లూ, తపాలాబిళ్లలూ కావాలి. డైరీ కూడ ఉంచుకోవటం మంచిది.

నామకరణం:-

కథ యొక్క గెలుపు శీర్షికమీదనే ఆధారపడుతుంది. కథ రాయడం ఒక ఎత్తూ. నామకరణం చెయ్యడం ఒక ఎత్తూను. పఠితలు ముందుగా పేరుతో ఆకర్షించబడితేనేగాని కథని చదవడానికి ప్రయత్నించరు. ఇదీ ఒక కళే!

పేరు ఎప్పుడు పెట్టాలి?:- చాలామంది ప్రారంభ రచయితల్ని కథరాసి పేరు పెట్టాలా! పేరుపెట్టి కథరాయాలా! అనే సమస్య భావిస్తుంది. కాని అది అసలు సమస్య కాదు, కథంతా రచయిత వేళ్ళ కొనలందున్నప్పుడు ఏది ఎలా చేసినా ఒకటే!

సాధారణంగా, ఏదోకథ రాయాలి అని కూచుంటేనే, పై సమస్య కలుగుతుంది. ఈ సందర్భంలో కథ రాశాకనే పేరు పెట్టడం మంచిది. తరుచు మనకు కథతోబాటు పేరుకూడా తడుతోనే వుంటుంది. ఒక్కొక్క సారి ఎంత సంతృప్తికరమైన కథ రాసినా పేరు తోచకపోవచ్చు. అప్పుడు అందులోని రమ్యమైన చిన్నముఖ్య వాక్యాన్ని తీసి పేరుగా వాడవచ్చు. శీర్షికలవల్ల పాఠకులు ప్రభావితులు కావాలనేదే గమనార్హం!

పేరుపెట్టే విధానాలు:- 1. ఒకే పదంగల శీర్షికలుగల కథలు ఎక్కువగా వుంటాయి. అది ఈ క్రింది విధంగా పెట్టవచ్చు.

(అ) ప్రధాన పాత్రలపేర్లు. ఇది సులువైన పద్ధతైనా అంత ఆకర్షణీయమైంది కాదు.

ఉదా:- శ్రీదేవి, అన్నపూర్ణ, సుభద్ర, సుగుణ... మొదలైనవి

(ఆ) కథలో ముఖ్యపాత్రగాధని తెలిపేపేర్లు:- ఈ రకంగా పేర్లు పెట్టడంలో ఒక విధమైన లోపంవుంది. కథాంశం తెలిసిపోవడం వల్ల దానిలో ఇష్టంలేని పాఠకులు చదవక పోవచ్చు.

ఉదా:- అభాగిని, కోడలు, సంస్కారి.. మొదలైనది.

(ఇ) కథలోని ముఖ్య సంఘటనని కథయొక్క శీర్షికగా వాడవచ్చును.

2. కొన్ని కథల్లో రెండేసి శబ్దాలు శీర్షికలుగా వాడబడుతాయి.

(అ) కథల్లో అంతర్గర్భితమైవున్న నిగూఢ భావాన్ని శీర్షికగా పెట్టడం ఇంకో పద్ధతి.

ఉదా:- గాలి చేపలు, నిష్కామ కర్మ; నువ్వులూ - తెలకపిండీ... ... ... మొదలైనవి.

(ఆ) పరస్పర విరుద్ధ భావాలు గల పదాలను జతపర్చి పేర్లను పెట్టడం కూడా ఆకర్షకంగా వుంటుంది.

ఉదా:- తీయనిబాధ, గులాబిముళ్ళు... మొదలైనవి.

3. మూడుగాని, ఎక్కువ పదాలను శీర్షికలోగాని వాడడం అంతకంటె మంచిపద్ధతి.

(అ) శీర్షికలో వుండే ముఖ్యపదాల మొదటి, రెండు అక్షరాలు ఒకేలా వుండేలా పెట్టడం ఆధునిక పద్ధతి. అంటే వాటి నామకరణాలు శబ్దాలంకారాలను బట్టి వుంటాయన్నమాట.

ఉదా:– గాలిలో గడ్డిపోచలు, గుంటూరులో గాలిమేడలు, చిన్నబోయిన చెన్నపట్నం, సౌందర్యంలో సంతాపం, అభిజాత్యం– ఆరాటం, పెంపకం, మధ్యతరగతి మనస్తత్వము... మొదలైనవి.

(ఇ) చిన్న చిన్న వాక్యాలను శీర్షికగా వాడడమొక మంచి ఫాషన్.

ఉదా:– అంతా ఆడవాళ్ళలోనే వుంది. ఖర్మమిట్లా కాలింది. నాకేం కావాలి? అతను ఇకరాడు, దూరతీరాలు ఎంత దగ్గర! గురువింద నవ్వింది! గింజలు మిగిలాయి... ... మొదలైనవి.

ఏ పద్ధతిలో పేరు పెట్టినప్పటికీ అది పాఠకులకు సులభ గ్రాహ్యంగానూ, శ్రావ్యంగానూ, కథలను చదవడానికి పురికొల్పేది గాను వుండాలి.

వాళ్ళకు అర్థంకాని సంస్కృత పదభూయిష్టమైన శీర్షికలు పెట్టినా పాఠకుల్ని కోల్పోతాము.

పునఃపరిశీలన:–

కథారచనకు పూనుకున్నాక ఎన్నో కథలను రాసి, మెయిలులో పడెయ్యాల్సి వుంటుంది. తీరుబడి వుండదు.

చిత్తుగా కథలను రాసి, పునఃపరిశీలనచేసి, తిరిగి వ్రాయాలా? లేక బాగా ఆలోచించి ఒకేసారి రాయాలా? అనేది వివాదాంశం! కొందరు గొప్పకథకులు "నేను ఫలానాకథ ఇరవై సార్లన్నా, తిరిగి వ్రాస్తేగాని సంతృప్తి కలగలేదు." అనడం మీరు వినే వుంటారు. అయితే మనం ఏంచెయ్యాలి? అనే అనుమానం కలుగుతుంది.

"ఈ కథ ఎలారాసినా ఫరవాలేదు. ఇది చిత్తుప్రతిమాత్రమే దీన్ని ఎలాగా తిరిగి రాస్తాం." అనుకుని మనం ఇష్టం వచ్చిన రీతిగా రాయడానికి అలవాటు పడినట్లయితే, ఆఖరికి ఏ మిత్రుడికో ఒక చీటి రాయాలన్నా చిత్తు ప్రతీ, అసలు ప్రతీ, రాసుకోవాల్సినంత దురలవాటుగా మారుతుంది, అది.

ఆ విధంగా గాక, మొదటిసారే సంపాదకులకు పంపడానికే రాస్తున్నామనే దృష్టితో రాసినట్టయితే, చక్కగా రాయడానికి అలవాటు పడతాం.

అంతకీ అవసర మనిపిస్తే, రెండోసారి చదివేటప్పుడు, కలం పొరపాట్లనీ, చిన్న చిన్న మార్పుల్నీ చేసి సరిదిద్దుకోవచ్చు; లేదా ఒక పేజీలో చాలా మార్పులొస్తే దాన్నిమట్టుకు తిరిగి రాసుకోవచ్చు. బాగా ఆలోచించిగాని రచన కుపక్రమించరాదు; అదే ముఖ్య విషయం. కథ ఎంత పెద్దదైనా, చిన్నదైనా ఈ రెండోపద్ధతే చాలా ఉత్తమమైనది.

దీన్ని అలవర్చుకున్నాక, కొన్నాళ్లకి, మనం 'మొదలురాసిందే నిజమైన విలువ కల'దని గ్రహించ గలుగుతాం.

ఐతే మొదటి కథనిమాత్రం రెండోసారి రాసుకోవడం అవసరం.

కథారచనలో చెప్పిన విధంగా ప్లాటు ననుసరించిన కథాసంగ్రహాన్ని రాసుకుని, కథని కాగితంమీద పెట్టడానికి ప్రయత్నిస్తే తిరిగి రాయడం అవసరమవదు.

వ్రాత ప్రతిని తయారు చేసేదెలా?:-

మన వ్రాతప్రతే మన 'సేల్సుమాన్,' అందుకని అది మంచి కథని కలిగి వుండడమేగాక, చక్కగా కూడా వుండాలి. అందంగా, చదవడానికి వీలుగావున్న వ్రాతప్రతులను, ప్రచురణాధిపతులకు పంపడం వల్ల, వాళ్ళ దృష్టి మనకు కొంచెం సానుకూల మవుతుంది.

ఈ క్రింది సూచనల ప్రకారం వ్రాతప్రతులు తయారుచేసుకుంటే, అవి బాగుంటాయి:-

1. అరటావు కాగితాలు వాడాలి. కాగితానికి ఒకే వైపున రాయాలి. సాధ్యమైనంత వరకూ తుడుపులూ, కొట్టివేతలూ, కొత్త వాక్యాలను ఇరికించడాలూ ఉండకూడదు.

2. రచనకు ముందూ వెనకా తెల్లకాగితాల నుంచాలి. ముందు కవరు పేజీమీద (అ) కథపేరు (ఆ) రచయిత పేరు (ఇ) ఎడ్రస్సూ వుండాలి. ఆఖరి పేజీలోపల కూడా ఎడ్రస్ రాయవచ్చును.

3. కథ మొదటి పేజీమీద కూడా రచయిత పేరుండాలి. మారుపేరు వాడినా అసలు పేరు తెలపాలి.

4. కాగితానికి ఎడమచేతివైపు మార్జిన్‌వొదిలి, పంక్తులు తిన్నగా రాయాలి. కలిపి వ్రాతగాక, అక్షరాలు విడివిడిగా వుండాలి. పదాలను కూడా దూరందూరంగా వ్రాయ గలిగితే మరీనయం.

5. పేజీలసంఖ్య జాగర్తగా వెయ్యాలి. మధ్య పేజీలు చేరిస్తే ముప్ఫైరెండు అ, ముఫ్ఫైరెండు ఆ. ముప్ఫైరెండు ఇ అనీ, తీసివేస్తే ముప్ఫై, ముప్ఫైమూడు - రెండు ముప్ఫైనాలుగు-?, అనీ రాయవచ్చును.

6. ఎక్కువ కాగితాలుండే పక్షంలో లోపలి మార్జిన్ వద్ద కుట్టి, పుస్తకరూపంలోకి తేవచ్చు. ప్రతీ రచనకీ కార్బన్ కాపీ వుంచుకోవాలి. ఏ పరిస్థితుల్లోనూ పత్రికలకు కార్బన్ కాపీ పంపకూడదు.

రచనలు పంపేదెలా?:-

1. కథలను పెద్ద కవరులో సాధ్యమైనన్ని తక్కువ మడతలతో పంపాలి.

2. కవరుపైన 'బుక్ పోస్టు – ప్రెస్ మేటర్ 'ఓన్లీ' అని రాయాలి.

3. కవరు బరువును బట్టి అణానుండి, అవసరమైన స్టాంపులు అంటించాలి.

4. లోపల స్వీయ విలాసంగల, తగిన స్టాంపులు అంటించబడ్డ కవరును – ప్రచురణార్థం స్వీకరించబడని రచనలు తిరిగి వచ్చేందుకు – తప్పక జతపర్చాలి. దానిమీద కూడా 'బుక్ పోస్ట్ – ప్రెస్ మేటర్ ఓన్లీ' అని రాయాలి.

5. ఒకే ప్రతిని అన్ని పత్రికల కార్యాలయాలకూ త్రిప్పకూడదు. అది నలిగిపోతే కొత్తది రాసిన తర్వాత పంపాలి. సాధారణంగా తిరిగి వచ్చిన వ్రాతప్రతిని మళ్ళీ ఒకసారి చదివి, కథను మార్చిరాసి, ఇంకొకళ్లకు పంపడం ఉత్తమమైన మార్గం.

6. వ్రాతప్రతిమీద పత్రికల కార్యాలయం,వాళ్ళు ఏమైనారాస్తే ఆ కాగితాలు తీసి, కొత్తకవరు వెయ్యాలి; ఇంకొకళ్ళకు పంపేలోపల

7. సంపాదకుల ఎడ్రస్ స్పష్టంగా రాయాలి. బుక్ పోస్టు కవర్లలో ఉత్తరాలేవీ జతపర్చకూడదు.

8. కథపంపి వెంటవెంటనే సంపాదకులపై ఉత్తరాలుగా పంపించ కూడదు. ఎప్పటికీ వాళ్ళకి కష్టంకలిగేలా రాయకూడదు.

ఐదవ అధ్యాయం:

కథా రూపాంతరాలు

వివిధ కథా స్వరూపాలు:-

"అసలు తత్వం విచారిస్తే సారస్వత మంతా ఒకటే! సారస్వత శాఖలనేవి స్థూలంగా కొన్ని బాహ్య లక్షణాలు, కొన్ని ఆంతర లక్షణాలు కలిపి వేరుచేయగా వచ్చినవే."

- నోరి నరసింహశాస్త్రి.

కథ అనేది ఒకే రూపంలో వుంటుందా? వేరు వేరు రూపాల్లో వుంటుందా? ఐతే రూపాంతరాలేవి?

నేడు మనం పత్రికల్లో చూచేవాటిలో సంపూర్తి కథా స్వరూపాలు. 1. కథానిక 2. చిన్నకథ 3. పెద్దకథ 4. నవలిక 5. చిన్ననవల 6. నవల, మనం కథలుగా చలామణీ అవుతున్న కథానిక. చిన్నకథ పెద్దకథ అనే వాటిని గురించి విపులంగా చర్చిద్దాం.

కథానిక:-

"ప్రపంచ వృత్తము ప్రకటించడానికి కథానిక అనువైనది! ... ... కథంటే కబుర్లు చెప్పడమనుకోకూడదు... ... ఏ దేశములో గాని, ఏ కాలములోగాని, ఏ అంతస్థులో వున్నవారికి గాని, హృదయాన్ని కదిలించే సమస్య - పోతపోసిన సమాసాలతో - మనోజ్ఞమైన శైలిలో, కథ ప్రారంభమైనట్టు గాని, ముగిసిపోయినట్టు గాని ఎవరికి తెలియకుండా" కథానికా రచన కొనసాగాలి.

- ఇల్లిందల సరస్వతీదేవి.

కథా లక్షణాలను పూర్తిగా కలిగిన చిన్న 'చిన్నకథే' కథానిక దీనినే 'టాబ్లాయిడ్ స్టోరీ' అంటారు.

చెప్పదల్చుకున్న విషయాలకు సూటిగా ఆశ్చర్యంకలిగించే పద్ధతిలో, తక్కువ కాలంలో చెప్పడానికి వీలుకలిగించే సాధనం కథానికే!

శ్రీ బొందలపాటి వారు కథానికనుఈ క్రిందివిధంగా నిర్వచిస్తారు. "కథానిక ఏదైనా ఒక మహాసంఘటనయొక్క సంక్షిప్త వర్ణనాత్మక భాషా చిత్రం. ఆ సంఘటన

సంపూర్ణంగానూ, సాధారణం కంటె భిన్నంగానూ, వుంటుంది. దానిలో మానవ ప్రకృతి యొక్క మౌలికరహస్యాలు దాగికొని వుంటాయి. దానిలో అంతర్ ద్వంద్వం ప్రధానంగా వుంటుంది. అదొక అపూర్వ మానవ జీవితంయొక్క సందేశం అని చెప్పవచ్చు."

"కథానికవల్ల జీవితంలోని సంఘటనలు సూక్ష్మంగా వ్యక్తమవుతాయి. వ్యక్తుల తీరులను మచ్చులుమచ్చులుగా చూపవచ్చును. పాఠకునికి హృదయానందంతో పాటు చక్కని విజ్ఞానాన్ని అందిస్తాయి. కథానికలు" అని అంటారు శ్రీ.డి. రామలింగంగారు.

కథానికలో ఐదువందల నుండి, రెండువేల వరకూ మాటలుండవచ్చు. ఐదువేల మాటలతో కూడా చక్కని కథానికలు రాయబడుతున్నాయి.

కథానికకు శైలీ, కథాకథన విధానం, శిల్పమూ ప్రత్యేకంగా వుంటాయని మనం గమనించాలి. సామాన్య కథా సూత్రాన్ననుసరించి కథానికలు రాస్తే శిల్పవిషయం అంతగా వుండదు. శిల్పమంతా క్లిష్టసమస్యల్నీ, సస్పెన్సుని కల్పించడం, చమత్కారముగా ముగించడంపైననే ఆధారపడుతుంది.

ఆంధ్రకథానిక పితామహుడు శ్రీ గురజాడ అప్పారావు గారు అయితే, దానికి రూపంకల్పించి జీవంపోసి, నలుగుర్నీ ఆకర్షించే విధంగా ఉత్సుకతని కలిగించినది, శ్రీ చలంగారు.

శ్రీయుతులు కొడవటిగంటి, ధనికొండ, పాలగుమ్మి, గోపీచంద్ మొదలగువారు కథానికా సాహిత్యాన్ని ఇంటింటికీ తీసుకుపొయ్యారు.

ఉదాహరణ:- ప్రపంచ కథానికల పోటీలో బహుమతి పొందిన శ్రీపాలగుమ్మి పద్మరాజుగారి 'గాలివాన' మంచి ఉదాహరణ.

జీవితంలో కొన్ని నీతి నియమాల్ని ఏర్పరుచుకొని, పిచ్చిపట్టుదలతో గాక, క్రమశిక్షణను పాటిస్తూ, అతిక్రమించకండా వుండగల సాహసంగల రావుగారు, క్రమశిక్షణ, నియమాలు, విలువలు అన్నీ కూడా మానవాతీతమైన శక్తులు విజృంభించినప్పుడు అర్ధరహితాలై పోతాయని మొదటిసారిగా అనుభవంలోకి రాగా, చివరికిపరిస్థితుల ప్రాబల్యం గాలివాన వల్ల, హృదయంచుట్టూ పెట్టుకున్న గోడలన్నీ మాయమై, నడవడిని నిర్ణయించే సూత్రాలేమీ లేని ముష్టి ఆమె రొమ్ముల బరువు మోకాళ్ళమీద ఆనిస్తుంటే, ఆమె సామీప్యంలో వెచ్చదనాన్ని పొందడానికి కూడా వెనకాడని, స్థితిలోకి దిగజారడం; ఆయనలో పరివర్తన రావడం, కథా వస్తువుగాగలది ఈకథ.

చిన్న కథలు:-

చిన్న కథ యొక్క స్వభావమూ. స్వరూపమూ, శిల్పమూ, ప్రయోజనమూ, ప్రజాస్వామ్యంవెంట ఏర్పడి ప్రజాస్వామ్యంతో బాటు పరిణామం చెందేవి. కనుకనే సంఘంలోని ఎంత నికృష్టుడైనా కథకు ప్రధాన పాత్ర కాగలడు. జీవితంలోని ఏ అంశం గురించి అయినా చిన్న కథ రాయవచ్చు." - కొడవటిగంటి కుటుంబరావు.

కథానికలు రాయడంలోని అనుభవాన్ని పొందాక వీటిరచనకి పూనుకోవచ్చును.

చిన్న కథ క్లిష్టసమస్యలూ సంఘటనలూ కల కాంప్లెక్సు స్టోరీ. దీన్నే షార్ట్‌స్టోరీ అంటారు.

శిల్పమూ, నిర్మాణకౌశల్యమూ చూపడానికి ఎక్కువ అవకాశాన్ని గలది చిన్నకథ. చిన్నకథలే సామాన్యంగా నిజమైన సాహిత్యాన్ని ప్రతిబింబిస్తాయి.

'స్ట్రథెర్ బర్ట్' చిన్న కథని గురించి ఇలా రాశాడు; "చిన్నకథనేది పద్యం వంటిది. ఏ ఇతర సాహిత్య రూపాలు ఇంతగా పోలికలు కలిగి వుండవు. శిల్పవిషయంలో పరిపూర్ణత వుందనుకున్నా, కథలు చిరకాలం ఉండాలనుకుంటే, ఇంకొకటేదో అవసరం. - పద్యాల్లో మాదిరిగా మనస్సుల్ని రంజింపజేసేదీ, మరువరానిదీ మనస్సుల్ని కదిలించేది ఐన అనిర్వచనీయమైనదేదో తప్పక వుండాలి."

చిన్న కథల ఉద్దేశాన్ని 'లిన్ యుటాంగ్' ఇలా రాశాడు:- "మానవ నైజాన్ని గురించి ప్రత్యేకమైన అంతరావలోకనం కలిగిందని గాని, జీవితాన్ని గురించిన తనయొక్క విజ్ఞానం పెంపొందిందనిగాని, ఒక మానవ పాత్ర యెడల కరుణో, ప్రేమో లేక సానుభూతో తనలో జనించిందని గాని, ఒక సంతృప్తికర భావంతో పాఠకుడు కథని పూర్తిచేసి వెళ్ళగలిగేలా చెయడమే చిన్నకథ ఉద్దేశమని నమ్ముతున్నాను."

హెచ్.జి. వెల్స్ చిన్నకథలపై ఈక్రింది అభిప్రాయాన్ని ప్రకటించాడు :- 'ఏమయినా, చిన్నకథలు రాయడమనే కళ దేన్నో కాంతివంతంగానూ, కదిలించేలానూ చేసే ఆహ్లాదకరమైన కళ అని నాఉద్దేశం. అది భయంకరంగానో, జాలిగొల్పేదిగానో, అందంగానో, ఉండవచ్చు. కాని పదిహేను, ఇరవై నిముషాలకంటె, పైకి చదవడానికి, ఎక్కువకాలం తీసుకో కూడదు."

గొప్ప చిన్న కథను గురించి 'మిల్టన్ క్రేన్'ఈ విధంగా ఉల్లేఖించాడు:- హఠాత్తుగా, మరవరాని విధంగా ఒక పాత్రను బహిర్గతపర్చేదీ; మరొకళ్ల దృష్టిపథంలో నుండి లోకాన్ని చూసేలాగునా, సత్యపు క్రీనీడను ప్రసరించేలానూ, తగిన సమయంలో ఓక్షణం నిలవరించేటట్టూ, చాలా బాగా, ఏకధాటిగా చెప్పగల శక్తికలదీ, అయిన చిన్నకథే గొప్పది-

ఎందుకంటే చిన్నగా వుండడంలోనే దాని గొప్ప బలమంతా ఇమిడివుంది; ఒక్క మామూలు పనిలో, మాటలో అర్థాల లోతులు కనుక్కోగలదు; ఒక పెద్ద గ్రంథంలో రాయగలిగింది ఒక్క పేజీలోనే చెప్పగలదు."

చిన్న కథల్ని చదవడం, అర్థం చేసుకోవడం, పోల్చడం సులభతరం, అందువల్ల వాటిని రాయబోయే ముందు, ప్రముఖ రచయితలు రాసిన వాటిని చదివి, చిన్న కథల్ని గురించి నిర్దిష్ట భావాల్ని కలిగివుండడం అవసరం.

ఎక్కువ చిక్కు పరిస్థితుల్ని కల్పించడం, పాత్రల సంఘర్షణను చూపడం, సస్పెన్సు, క్లయిమాక్స్, మంచి ముగింపులు సృష్టించడం మీదనే చిన్న కథలు ఆధారపడతాయి. నాటకీయ పరిస్థితులు కల్పింపబడని చిన్నకథలు కూడా చాలా ప్రకటింప బడుతున్నాయి, నేడు.

చిన్న కథల్లో రెండువేల ఐదువందల నుండి ఎనిమిదివేల వరకుకూడా పదజాలం ఉండవచ్చు. ఐతే ఐదువేల మాటలతోనే చక్కటి చిన్న కథలు రాయవచ్చు.

చిన్న కథలు రాయడంలో సుప్రసిద్ధులు శ్రీయుతులు వేలూరి శివరామశాస్త్రి, శ్రీపాద సుబ్రహ్మణ్యశాస్త్రి, చలం, మునిమాణిక్యం నరసింహారావు, 'చింతాదీక్షితులు' 'బుచ్చిబాబు' మొదలైనవారు.

ఉదాహరణ:– శ్రీ గుడిపాటి వెంకటచెలంగారి 'దోషగుణం'!

పరపురుషుడనేమాట, ఆమె విషయంలో అనడానికి యమధర్మరాజూ, సీతని నిప్పులో దూకించిన శ్రీరాముడూ కూడా భయపడేటటువంటి వూరికి తల్లివంటి, శారదాంబ అనే శ్రీమంతుడి భార్య రక్తాన్ని, బలవంతంగా తీసి కలికంచేసి, మూఢ నమ్మకాలకీ, నాటు వైద్యానికీ గుర్రై, కనకయ్య అనే వారాల కుర్రవాడి, కంట్లో పెట్టడం; దురదృష్టంవల్ల, ఆ స్త్రీ సంపర్కం వల్ల కలిగిందనుకున్న 'దోషగుణం' అనే జబ్బుతగ్గడం, దాంతో వాళ్ళ కుటుంబం నీచంగా చూడబడి, పతనమవడం ఇతివృత్తంగా గల అపూర్వ కరుణారసభరిత గాథ అది. కనకయ్య డాక్టర్ కామేశ్వర్రావుగా మారి, ఆ కథను నర్సులకు చెప్పగా విన్న డాక్టర్ జోసెఫ్, మనుమలకీ, మనుమరాళ్ళకీ దాన్ని చెబుతున్నట్టుగా రాయబడింది. అనవసరంగా అపనిందలపాలై, అన్యాయంగా అమాయికుల జీవితాలు కూడా ఎలా నాశనమవుతాయో ననేది వ్యక్తంచేసే గొప్పకథ అది.

పెద్దకథ:–

పెద్ద కథలకూ చిన్న కథలకూ టెక్నికల్‌గా అంత భేదమేమీలేదు, తేడా పరిమాణంలోనే,

ఎనిమిదివేల నుండి, పదిహేనువేల వరకూ మాటల సంఖ్యగల కథల్ని పెద్దకథలని పిలవచ్చును.

ఉదాహరణ:– శ్రీ చలంగారి 'అరుణ!' ఇదొక గొప్ప కళాఖండం. ప్రేమకీ కామానికీ మధ్య ఊగులాడే - పదికంటె తక్కువ పాత్రల్ని, కలిగి, రెండురోజుల్లో జరిగిన సంఘటనలను చిత్రించే కథ. 'అరుణ'కి చావులేదనిపిస్తుంది పాఠకులకు కూడా.

పూర్తిగా కథా రూపాలు కాకపోయినా, కాల్పనిక సాహిత్య భాగాలుగా చలామణీ అవుతున్న 1. కార్డుకథలు, 2. పిట్టకథలు, 3. గల్పికలు, 4. వ్యంగ్య రచనలు. 5. భావచిత్రాలు అనే వాటినిగురించి కూడా తెల్సుకుందాం.

కార్డుకథలు:–

"ఒక పోస్టుకార్డుమీద రాయడానికి వీలుండే కథలను కార్డుకథ లంటారు. ఏదైనా చమత్కార విషయాన్ని గాని, చిన్న సంఘటనని గురించిగాని తెలుపవచ్చును."

– సింగరాజు.

వీటినే చిట్టికథలు, లేక పొట్టికథలు అనికూడా అనవచ్చును. ఇవి పెద్దవాళ్ళకంటె, విద్యార్థులూ, బాల, బాలికలూ ప్రయత్నించతగినవి.

రాసిన విషయం ఆకర్షణీయంగానో, హాస్యజనకంగానో వుండాలి. అదే వీటి ప్రత్యేకత!

మాటలు సుమారు వంద నుండి నూటయాభై వరకూ వుండవచ్చును.

ఉదాహరణ:– చిత్రగుప్తలోనూ, తక్కిన పత్రికల్లోనూ ఒక "కాలమ్"లో వచ్చే కథలు ఈ రకానికి చెందినవే.

పిట్టకథలు:–

కార్డుకథకీ, కథానికకూ మధ్యగా వుండేవి పిట్టకథలు. ఇవి పాత పద్ధతిలో రాయబడతాయి; 'అనగాననగా...' అనే విధంగా కూడా ప్రారంభింప బడవచ్చును.

కొద్దిమాటల్లోనే కథను రాయగలిగితే పిట్టకథలంటారు.

వీటిలో మాటల పరిమాణం ఐదువందల నుండి వెయ్యి వరకూ ఉండవచ్చు.

అన్ని పత్రికలలోను బాలసాహిత్యంగా ఎన్నో పిట్టకథలు ప్రకటింపబడుతున్నాయి.

ఉదాహరణ:– శ్రీ పాలంకి వెంకటరామచంద్రమూర్తిగారి 'కనకవర్షం'

గల్పికలు:– గల్పిక అనేది, హిందీ, బెంగాలీ, సాహిత్యాలలో కాల్పనిక సాహిత్యానికి బదులుగా వాడబడే 'గల్పసంగ్రహ్'అనే పదాన్ని బట్టి వచ్చిందనవచ్చు.

గల్పిక కూడా కథానికకంటే చిన్నదే. కథానికల మాదిరిగా రాయబడుతుంది.

దీని పరిమాణం కూడా ఐదువందల నుండి వెయ్యి మాటలలోపల ఉండవచ్చు. ఇందులో కథాస్వరూపం అసంపూర్ణంగానే వుంటుంది.

ఉదాహరణ:- శ్రీ పొట్లపల్లి రామారావుగారి 'వెన్న'. తాము విశ్వరచయితల పంక్తిలో కూచుని 'కీర్తి' అనే వెన్నకోసం ఎదురుచూస్తున్న ట్టూ అవతల పిల్లలు వెన్నకోసం మారాం చేస్తున్నట్టూ, ద్వంద్వార్థం కలిగేలా వ్రాయబడింది.

వ్యంగ్య రచనలు :-

"ఒక విషయం చెప్పడానికి చెప్పేపద్ధతులనేకములుంటాయి. అందులో అందరికీ నచ్చేది హాస్యరీతి, అది, ఎంత నిరుత్సాహపడి నిరాశచెందిన వాడికైనా, శరీరానికి ఉత్సాహమున్నూ, మనస్సుకు వికాసమునూ, కలిగిస్తుంది."

- మొక్కపాటి నరసింహశాస్త్రి

ఏదైనా ఒక సంఘటననుగాని, పాత్రనుగాని తీసుకొని వ్యంగ్యంగానో, వికటంగానో, పరిహాసం చేస్తున్నట్టో రాస్తే ఆ రచనను వ్యంగ్య రచన (స్కిట్) అని పిలుస్తారు.

దీనిలో కూడా పూర్తికథా లక్షణాలు ఉండవు.

మనలో వ్యంగ్య ధోరణి కలదనితోస్తే, స్కిట్‌లు రాయడానికి పూనుకోవచ్చు. నిగూఢంగావుండే సునిశితం, సున్నితహాస్యమే వ్యంగ్యము. దీనిలో మాటల పరిమాణం ఐదువందల నుండి పదిహేనువందల వరకూ ఉండవచ్చును.

ఉదాహరణ:- శ్రీ కాళోజి నారాయణరావుగారు రాసిన 'లంకాపునరుద్ధరణ' అనే వ్యంగ్యరచన, అందులో, పోలీసుచర్యానంతరము హైదరాబాదులో జరిగిన మార్పుల్ని హృదయంగమంగా చిత్రించారు.

భావచిత్రాలు:-

'స్కెచ్ అనేది జర్నలిజానికి కాల్పనిక సాహిత్యానికి సరిహద్దులో వుంటుంది. మంచి జర్నలిస్టు ఒక సంఘటనని స్పష్టంగా రికార్డు చెయ్యగలిగివుండాలి; అప్పుడది స్కెచ్ అవుతుంది. ఇంటర్వ్యూ చెయ్యడంలో అనుభవజ్ఞుడెవడైనా ఒక పాత్రనిగురించి బాగా రాయవచ్చు; అదికూడా స్కెచ్చే! కథకుడు ఆ స్కెచ్‌ని నిర్మాణయుక్తమైన ఊహాశక్తితో కథగా మారుస్తాడు. **- సిడ్నీ.ఎ. మోసెలే**

విశేష మానసికావస్థలను చిత్రీకరిస్తూ, రచనలుచేస్తే, వాటిని భావ చిత్రాలు, ఊహాచిత్రాలు, వాక్చిత్రాలు అనేపేర్లతో పిలుస్తారు.

కొన్ని జీవిత సంఘటనలను జతపర్చి స్కెచ్లను రాయవచ్చును. స్కిట్లోవలెనే వీటిలోకూడా మాటల సంఖ్య ఐదువందల నుండి పదిహేనువందల వరకూ ఉండవచ్చు.

స్కెచ్ అంటే చూచాయగా (వ్రాసిన వర్ణన, లేక చిత్రపటము, మనం ఈక్రిందివిధంగా స్కెచ్కీ కథానికకూగల భేదాన్ని చెప్పవచ్చు. అసంపూర్ణమై కొంచెంగా కథానిక ఆకారాన్ని (ప్రొఫైల్ని) తెలిపేటట్టుగా, ఎక్కువగా మానసికావస్థని చిత్రిస్తూ చేసే రచనే స్కెచ్. ఒక చిత్రకారుడు చిత్రించిన పూర్తిచిత్రాన్ని కథానికతోనూ, అతను గీసే పెన్సిల్ స్కెచ్ని భావచిత్రంతోనూ పోల్చవచ్చును.

ఉదాహరణ:– 'అనువాదపాణి' అనే నారచన స్కెచ్కి ఉదాహరణగా చెప్పవచ్చు. అనువాద సాహిత్యాన్ని సృష్టించి పేరు తెచ్చుకోవాలనుకున్న రచయితపై రాసిన భావచిత్రం అది!

వాక్చమత్కృతుల్నీ, పొడుపుకథల్నీ కూడా కాల్పనిక సాహిత్యపు అతిచిన్న స్వరూపాలుగా భావించవచ్చు.

ఆరవ అధ్యాయం:

కథల రకాలు

కథా విభాగాలు:-

కథల్లో వేరు వేరు అంశాలకున్న ప్రాధాన్యమునుబట్టి వాటిని వేర్వేరు రకాలైన కథలుగా విభజించవచ్చును: 1. వాస్తవికత, 2. విషయము. 3. ప్రయోజనము, 4. కథావస్తువు అనేవాటిపై అధారపడి.

1. వాస్తవికతను అనుసరించిన విభాగం:-

కథలలోని వాస్తవికతనుబట్టి వాటిని ఈ క్రింది రకాలుగా విభజించవచ్చును.

1. వాస్తవిక గాథలు:- ఇవి వాస్తవిక పరిస్థితులను ప్రతిబింబిస్తున్నట్టుగా రాయబడుతాయి. నిజజీవితాన్ని యథాతథంగా చిత్రిస్తున్నట్టుంటాయి. నిజానికి కథకులు వాస్తవికతకు రంగులుపూసి, చిలవలు, వలువలు అల్లి, కథల్ని కల్పిస్తారు. వాళ్ళ ఊహా శక్తిచే పాఠకులు మోసుకుపోబడి, ఆ కథల్ని వాస్తవిక గాథలుగానే స్వీకరిస్తారు.

2. కల్పితగాథలు:- ఇవన్నీ ఊహాజనితాలే! కథకులుకొన్ని అసంభవ విషయాలను భావించి కథలుగా రాస్తారు. వైజ్ఞానిక, రాజకీయ, సాంఘిక విషయాలకు చెందిన కథల్ని, భవిష్యత్‌ని ఊహించి, రాయవచ్చును. వీటిని యుటోపియన్ స్టోరీస్ (స్వాప్నిక గాథలు) అని కూడా పిలువవచ్చును. ఇదొకరకం!

ఇందులో మరొకరకం విపరీతకల్పిత గాథలు (ఫాంటసీస్), ఇవన్నీ అభూత కల్పనలతోనే నిండి ఉంటాయి. అప్సరసలు, యక్షకన్యకలు, గంధర్వులూ ప్రత్యక్షమవుతో, కథాగమనాన్ని మార్చే, జానపద కథా సాహిత్యమంతా ఈ రకానికి చెందినదే!

2. విషయ ప్రాధాన్యమును అనుసరించిన విభాగం:-

పాత్రలు ఇతివృత్తము, ఘటనలు, వర్ణనలు, భావాలు అనే వాటిలో వేటికి ఎక్కువ ప్రాధాన్యముంటే ఈ కథలను ఆ పేరుతో పిలవవచ్చును.

1. పాత్రాధారకథలు:- వీటినే కారక్టర్ స్టోరీస్ అంటారు . వీటికి అవసరమైనది ప్రత్యేకమైన ఒకపాత్ర లేక కొన్ని పాత్రలు – అవి చాలా స్వతంత్రమైనవీ, అసాధారణమైనవీ ఐవుండాలి. ఆ పాత్రల పనులు పాఠకులకు కొత్త వార్తల్లా వుండాలి.

తెలుగు దేశంలో పాత్రాధారకథలు, నవలలు అనేకం వెలువడ్డాయి; కాంతం కథలు, వటీరావు కథలు, నీలకంఠం కథలు మొదలైనవి.

వీటిలో ప్లాటు పాత్రల్నిబట్టి ఏర్పడుతుంది. ఒక మంచి పాత్ర తోస్తేచాలు. దానిచుట్టూ కథ అల్లవచ్చును. కాని మనం ఎంచుకునే పాత్ర అసంఖ్యాకమైన పాత్రలమధ్య కూడా పఠితలు గుర్తించ కలిగేలావుండాలి. అప్పుడే అవి ఆంధ్రకథా సాహిత్యంలో పౌరసత్వం పొందకలుగుతాయి.

2, ఇతివృత్తాధార కథలు:- ఇవి థీమ్‌స్టోరీస్ అని పిలవబడుతాయి. ఒకథీమ్ ననుసరించి కథ రాయబడితే, దానిని ఈ రకంలోకి చేర్చవచ్చును.

ఇవి చాలా ఉత్తమ రకానికి చెందిన కథలు. ఏదో ఒక నగ్నసత్యమైన విషయాన్ని ఆధారంగా తీసుకుని రాయబడుతాయి– కథ ఉద్దేశానికీ పాత్రలకు, వాటిపరిస్థితులకూ అంత ప్రాధాన్యత ఉండదు.

"జీవితం వాస్తవమైంది; నిత్యమైనదీని; చావే అంతిమ లక్ష్యం కాదు" అనే విషయాన్ని ఒక థీమ్‌గా తీసుకోవచ్చు పైథీమ్‌పై రాయబడే కథలు, ప్రజలు కొంతసేపు జీవితాన్నుండి తప్పించుకోగలగడానికి సహాయపడుతాయి. అందువల్ల ప్రజాదరణని పొందుతాయి. ఐతే ఏమాత్రం జ్ఞానం ఉన్న వాడికైనా జీవితం చాలా దుఃఖమయమైనదనీ, మరణమే దాని అంతమనీ తెలుస్తుంది. అయినా వాళ్ళు రచయితచేత కాసేపు బుకాయించబడి, ఆనందంపొందుతారు. థీమ్‌ని నర్మగర్భంగా ఉంచాలి. పైకి తెల్సిపోనీయకూడదు. అప్పుడే ఆ కథల్లో కళాసౌష్టవం పెంపొందుతుంది.

"పిరికిపందగా బతకడంకన్న, వీరుడిగా చావడం మేలు" "మంచి చేసినవాళ్ళని దేవతలు ఆశీర్వదించుతారు." "చేసినపాపం చెబితేపోతుంది." "నిలకడమీద నిజం తేలుతుంది" అనేవీ కొన్ని థీమ్స్.

3. ఘటనాత్మక కథలు:- సంఘటనలులేని కథ అంటూవుండదు.

అయినా, సంఘటనలకే అమిత ప్రాధాన్యమిచ్చే కథలను ఘటనాత్మక కథలని పిలవ వచ్చును.

కథంతా క్రియాత్మక రూపంలోవుంటుంది. సంఘటనలపైనే కథ ఉద్గమం ఆధారపడుతుంది. వాటివల్లనే నాటకీయరక్తి పెంపొందించ బడుతుంది.

4. వర్ణనాత్మక కథలు:– వర్ణనలకమిత ప్రాముఖ్యమీయబడిన కథలను ఈ రకానికి చెందిన వనవచ్చును.

వీటిలో వర్ణనలకు తక్కిన అంశాలన్నీలోబడి వుంటాయి. ఇవి వర్ణనాచాతుర్యంతో నిండి వుంటాయి. కథాగమనానికి కూడా వర్ణనలే తోడ్పడుతాయి.

5. భావనాత్మక కథలు:– భావ ప్రాధాన్యత గలకథలే భావనాత్మక కథలు.

సంభాషణలు మొదలైనవన్నీ నిగూఢభావంతో నిండివుంటాయి.

భావాన్ని అంతర్గతంగా ఉంచి, పాఠకుల మెదడుకు పనికల్పిస్తాయి, ఈ కథలు పాఠకులకు అంత సులువుగా బోధపడవు.

3. ప్రయోజనంపై ఆధారపడిన విభాగం:–

కథల ప్రయోజనాన్ని బట్టి కథలను మూడు రకాలుగా విభజన చెయ్యవచ్చు.

1. అభ్యుదయ కథలు:– ప్రజాభ్యుదయాన్ని కాంక్షిస్తూ సాంఘిక, ఆర్థిక, రాజకీయ ప్రయోజనాల్ని సాధించడానికి తోడ్పడే కథలు ఈరకానికి చెందినవి.

2. అభివృద్ధి నిరోధక కథలు:– ప్రజలను మూఢాచారాల వైపు, సంకుచిత భావాలవైపు ఆర్థిక, సాంఘిక, దాస్యాలవైపు తీసుకుపోవడానికి తోడ్పడేకథలను ఈవిధంగా పిలవవచ్చును.

3. కాలక్షేప కథలు:– వీటిల్లో ప్రత్యేకమైన నీతిగాని, సందేశం వుండదు. కాలక్షేపానికి మాత్రమే తోడ్పడుతాయి.

హాస్య కథలు మొదలైనవి ఈ రకానికి చెందినవే! కొన్ని వాస్తవిక సంఘటనలను వర్ణిస్తో రాసేకథలు కూడా ఈ తరగతికే చెందుతాయి.

4. కథా వస్తువుల్నిబట్టి కథల విభాగం:–

కథావస్తువుని బట్టి మనం కథలను ఈ క్రింది రకాలుగా విభజించ గలుగుతాం:–

1. సాంఘిక కథలు:–

సంఘ సంస్కారం ప్రధాన ఆశయంగాగలిగి, సంఘంలో తేవల్సిన పరివర్తనల గురించి, సాంఘిక జీవనంలోని అవినీతిని గురించీ తెలుపుతూ, అవసరమైన మార్పుల్ని ప్రజలదృష్టి పథంలోకి తెచ్చే, సాంఘిక జీవన ప్రతిబింబాలైనకథలే సాంఘిక కథలు.

వరశుల్కం, కన్యాశుల్కం, వితంతువుల వివాహాలు, హరిజనోద్ధరణ, నిరక్షరాస్యతా నిర్మూలనం మొదలైన సాంఘిక సంస్కరణలను పురస్కరించుకొని, పూర్వం వ్రాయబడిన అసంఖ్యాక రచనలన్నీ ఈ రకానికి చెందినవే.

గురజాడ, చెలం, కొడవటిగంటి, ధనికొండ ప్రభృతులు ఎన్నో సాంఘిక కథల్ని రాశారు. ఐనా ఈ రకపు కథలకు అంతమనేదిలేదు. కాలానుగుణ్యంగా పరివర్తన చెందే లెక్కలేని విషయాలపై పెక్కు కథల్ని రాయవచ్చును.

మూలబడ్డ సమస్యల్నే తిరిగి తరచనక్కర్లేదు, చక్కని సాంఘిక సమస్యను ప్రజాజీవితమునుండి తీసుకొని కళాయుక్తంగా రాస్తే, అది గొప్ప సాంఘిక కథగా తయారవుతుంది.

2. సాంసారిక కథలు:-

భార్యాభర్తల కీచులాటలూ, గృహ కలహాలూ, కుటుంబాల్లో ఆర్భాటాలూ, మొదలైన సాంసారిక విషయాల్ని ప్రతిబింబించే కథలన్నీ సాంసారిక కథలే!

ఇవన్నీ అనంతమైన కుటుంబజీవిత సమస్యలతో పెనవేసుకుని ఉంటాయి; అందుకని కొంతవరకు శాశ్వత విలువని కలిగి ఉంటాయి.

శ్రీయుతులు శ్రీ పాద సుబ్రహ్మణ్యశాస్త్రి, మునిమాణిక్యం మొదలైన వారి కథలు ఈ తరహాకి చెందినవే. శరత్ కథలు కూడా ఈ రకానికి చెందినవే!

వీటిని రాయడం తేలికేమో ననిపిస్తుంది. కాని ఈ కథల్లో గొప్ప తనాన్ని తీసుకురావడం, తీసుకున్న సమస్య విశ్వజనీనతనిబట్టి, రచయిత స్వీయప్రతిభనిబట్టి వుంట్టుంది.

ఈరకమైన కథలకు ఇతివృత్తాల కొరతకూడా వుండదు - కుటుంబ సమస్యలంటూ ఉన్నంత కాలం.

3. ప్రేమ కథలు:-

"ప్రతీ ప్రేమకథల వెనకాల సెక్సు ఆలోచన వుంటుంది. స్త్రీ పురుషు లిద్దరు, వారిలో ఒకరు లైంగిక జీవితానికి పనికిరాని వారైనప్పుడు, పరస్పరం ఏ విధంగా ప్రేమించుకోలేకపోతారో, అదేవిధంగా సెక్సులేని ప్రేమ కథ ఉండదు, ప్రతీ ప్రేమకథా ముసుగులో వున్న సెక్సు కథే! - జాక్‌వుడ్ ఫర్డ్.

వ్యక్తుల ప్రేమజీవితానికి సంబంధించిన కథల్ని ప్రేమ కథలని చెప్పవచ్చును.

ప్రేమతోబాటు వీటి అస్థిత్వం కూడా స్థిరమైనదే! కొందరు, ప్రేమ కథల యుగమై పోయిందనుకుంటారు. కాని అవి నేటిరోజుల్లో "యువతీ యువకుల ప్రేమ కలాపానికి" మాత్రమే సంబంధించినవైనా, వాస్తవ జీవితాన్నుండి జన్మించినవై యుండి, నిత్యజీవిత సమస్యలతో పెనవేసుకొనబడి వుంటున్నాయి.

ప్రేమకథలు పాఠకుల్లో 'సాడిజం' (ఖేదత్వం) కలుగజెయ్యకండా ఉండాలి. ప్రేమకథ సాఫీగా నడుస్తుంటే సగటు పాఠకుడ్ని కలతచెందిన వాడిగాజేసే మానవ మనస్సుల్లోని వింతైన గుప్తత (లేటెన్సీ) నే 'సాడిజం' అంటారు. ఇది కొంతమందిలో శక్తివంతంగానూ, కొంతమందిలో తక్కువగానూ వుంటుంది. అందువల్ల కథానాయకీ, నాయకుల మధ్య ఎక్కువగా కష్టాల్ని కలిగించడం వల్ల పాఠకులు బాగా సంతృప్తి చెందుతారనేది గుర్తుంచుకోవాలి.

4. సెక్సు కథలు:-

"ఏకథలోని పాత్రలకదలిక సెక్సు మనస్తత్వంమీద కేంద్రీకరించబడి వుంటుందో అలాంటి కథను సెక్సుకథ అనొచ్చు" - ధనికొండ హనుమంతరావు.

సెక్సు కథలు అంటే సెక్సు ఆలోచను కలిగియుండిన ప్రేమకథలే!

వీటిలో కథ మొదలైనప్పట్నుండీ పాత్రలు సెక్సువైపు మళ్ళుతారు; అంటే లైంగిక విషయాసక్తులవుతారన్నమాట.

మనలో చాలామందిలో సెక్సుకథలు రాయడం, చదవడం తప్పనే అపోహవుంది. కాని అదిపొరపాటు. ఎందుకంటే మానవమాత్రులకు సెక్సుని గురించి ఆలోచించక పోవడంగాని, లైంగిక జీవితాన్ని త్యజించడంగాని అసంభం. నేటి మానవుల అధోస్థితికి కారణం లైంగిక ప్రేరణ (సెక్సు ఇంపల్స్) ని అణగార్చుకోవడమూ, క్రమానుగతంగా వస్తున్న వైవాహిక జీవితాల లోటుబాటులూ, మూర్ఖత్వం, నిర్బంధాలూను, శారీరకంగా గాని, మానసికంగా గాని సెక్స్‌ని ఆపుచేసుకోవడం అసంభవం. ఒకవేళ ప్రయత్నించి అణగ ద్రొక్కుకున్నా, అది విచిత్రమైన చెడుమార్గాలకు దారితీస్తుందనేది గమనార్హం.

మనదేశంలో సెక్స్‌కథలు రాసినవారిలో ప్రముఖులు చెలం, ధనికొండ, 'శారద' 'భరణి' చౌడేశ్వరీదేవి, మొదలైనవారు.

5. అపరాధ పరిశోధక కథలు: -

"డిటెక్టివ్ కథల్లో 'ఫ్లాష్‌బాక్ - టెక్నిక్ ప్రత్యేకంగా ఉపయోగ పడుతుంది. కథకుడి హృదయంలో ఆఖరి అధ్యాయం ముందుగా రాయబడుతుంది. కథకుడు ముందుగానే నేరస్థుడ్ని తెల్సుకొని వుండాలి. లేకపోతే అసలు కథే రాయలేడు. పాఠకుడు, మరో ప్రక్క, అసలు నేరస్థుడ్ని తెల్సుకోలేక పోవాలి. లేని ఎడల కథ అపజయం పొందినట్టే. అందువల్ల పరిశోధక కథారచయిత ప్లాటుని వెనకనుండి అల్లుకురావాలి. అతను కథని నేరం జరిగిన తర్వాత ఆరంభించాలి తర్వాత పాఠకుడ్ని నేరంజరగని పూర్వ విషయాలకు మళ్ళించాలి." - హెన్రీ థామస్.

అపరాధులకూ, పరిశోధకులకూ, 'ఇంటర్ క్రాసింగ్ ఆఫ్ పాత్స్' గల కథలను అపరాధ పరిశోధక కథలు లేక డిటెక్టివ్ కథలు అంటారు.

అపరాధులు నేరంచేసి పట్టుపడరు. పరిశోధకులు వాళ్ళని పట్టడానికి ప్రయత్నిస్తారు. దోషులు, అజ్ఞాతంగా పరిశోధకుల దరిదాపుల్లో నే వుండి వాళ్ళకి కష్టనష్టాలు కలిగిస్తారు. చివరికి పట్టుబడతారు. ఇదే వాటి కథా సూత్రము.

ఇవి తెలుగు సాహిత్యంలో కొద్దిగానే రాయబడ్డాయి.

ఇవి ఏరకమయిన కథలూ పట్టి ఉంచలేనంతగా, పాఠకుల్ని ఆకర్షిస్తాయి. సస్పెన్సు కలిగించడంలో వీటికి పెట్టింది పేరు.

6. చారిత్రక కథలు:-

"చారిత్రక కథగాని, నవలగాని ముందుగా చిన్నదో, పెద్దదో, కథ. కథ కేవలము చరిత్ర కాదుగదా! కథ చరిత్రాత్మక మెట్లా అవుతుంది అనే ప్రశ్న వస్తుంది? "చరిత్రలో ప్రసిద్ధమో, అప్రసిద్ధమో ఐనఘట్టము మూలముగా తీసుకొని వ్రాసిన కథను చరిత్రాత్మకమైన కథ అంటాము. అందులో పాత్రలు కొందరైననూ నిజముగా ఉండి ఉన్నవాళ్ళు కావలె. కథాంశం కూడా మొత్తము మీద జరిగినది కావలె"

- నోరి నరసింహశాస్త్రి.

చారిత్రకాధారాలతో రాయబడిన కథలన్నీ చారిత్రక కథలే!

తెలుగులో చారిత్రక కథల కంటె నవలలే ఎక్కువగా వ్రాయబడ్డాయి.

చారిత్రక కథలు రాయడానికి కావల్సినంత ముడిసరుకు చరిత్ర పుస్తకాల్లో దొరకుతుంది; కొరతలేదు. చక్కగా రాస్తే వీటికి శాశ్వతమయిన విలువకూడా వుంటుంది.

గొప్పగొప్ప చారిత్రక గ్రంథాలు చదివితే పంక్తిపంక్తికీ మధ్య నూతన కథావస్తువులు గోచరిస్తాయి - మనం దానికోసం వెతకాలి. కొంత ప్రయత్నించి, పాత కథాంశాలను ఎత్తుకున్నా కొత్త కోణంలోచూసి, వాటిని కథలుగా రాయాలి. రాసిన అంశాలు చరిత్రకు వ్యతిరేకంగా ఉండకూడదు. కల్పితాలైనా సహజమనిపించాలి. తెలియని అంశాలతో పాఠకుల్ని బుకాయించడానికి చూడకూడదు. ఆ కథలలోని ఆనాటి చారిత్రక వాతావరణాన్నీ, పాత్రల వేషభాషల్నీ, బాగా ఊహించి, కథారచనకు పూనుకోవాలి. మొత్తంమ్మీద కథా వస్తుసేకరణలోనూ, నిర్మాణ కౌశల విషయంలోనూ ఎక్కువ శ్రద్ధవహించాలి.

శ్రీయుతులు చిలకమర్తి, నోరి, విశ్వనాథ, శ్రీపాద, అడవి బాపిరాజు, బులుసు వెంకటరమణయ్య, 'రామ్‌చంద్' మొదలైన రచయితలు ప్రకటించిన, ప్రకటిస్తున్న చారిత్రక కథలూ, నవలలూ, వాటి యుగం పోలేదనడానికి సాక్ష్యం.

7. వైజ్ఞానిక కథలు:-

"వైజ్ఞానికాధారంగా కలిగి, కేవల వైజ్ఞానికంగా గాక హృదయంగమంగా చిత్రింపబడిన కథే వైజ్ఞానిక కథ.

ఉదాహరణ:- తాన్‌సేన్ దీపక్. మేఘ్ మొదలైన రాగాలుపాడి అద్భుతాలు చేసేవాడని ప్రతీతి - దానినే వైజ్ఞానిక సత్యంగా భావిస్తారు. ఏమంటే ప్రకంపానికి స్పందనానికి అట్టి శక్తివుంది. దానిమీద వ్రాసిన కథ. అక్బర్ హుక్కా కాల్చడానికి నిప్పుఎప్పుడూ వినియోగించలేదు. కావల్సినప్పుడల్లా తాన్‌సేన్‌ని పిలిచేవాడు. అతను దీపం వెలిగించేవాడు. ఇది గొప్ప ఉత్ప్రేక్ష.' - వసంతరావు వెంకటరావు.

కొన్ని వైజ్ఞానిక సత్యాలపై ఆధారపడిన ఇతివృత్తాలు గల కథలన్నీ వైజ్ఞానిక కథలే!

ఇవి రెండు రకాలుగా వుంటాయి.

1.కొన్ని వైజ్ఞానిక విషయాలు ఆధారంగా రాయబడే కథలు! శ్రీ వేమరాజు భానుమూర్తిగారి రైలుకథ. టెలిఫోను కథ. మొదలైనవి ఈ రకమయినవే. ఇవి వాస్తవిక గాథలు.

2. మరికొన్ని వైజ్ఞానిక అభూత కల్పనలు (సైంటిఫిక్ ఫాంటసీస్) 'ఇతర ఖగోళాల్లోకి భూలోకవాసుల ప్రయాణం; 'సూర్యుడూ భూమీ ఢీకొన్నప్పుడు?' 'హైడ్రొజన్ బాంబుల యుద్ధానంతరం' మొదలైన పేర్లతో గొప్ప కథల్ని ఊహించి రాయవచ్చును. ఈ రకం కథలు పాఠకుల్లో గొప్ప ఉత్సుకతని కలిగిస్తాయి.

అవి పాఠకులకు వాస్తవమేమో ననిపిస్తాయి. వీటిని రాయడానికి అవసరమైన విజ్ఞానశాస్త్ర పరిచయాన్ని పొందివుండాలి. రచయితలు.

8. హాస్య కథలు:-

హాస్యకథ "తక్కిన వాటికంటె ఎక్కువగా సంభాషణ మీద ఆధారపడుతుంది... ఆ కథను ప్రజలు కోరుకొంటారు గనక తప్పక గెలుపొందుతుంది. హాస్యకథలను రాయడం చాలా కష్టం; అందులో గెలుపొందకపోవడం కోపం వచ్చేటట్టుచేస్తుంది. హాస్యగాడిననుకునే వాడు నవ్వును పుట్టించలేకపోతే విసుగును కలిగిస్తాడు, అయినప్పటికీ ప్రకృతిలో మనం పరిశీలించే విషయాల్ని చూస్తే హాస్యరచనలకెంతో ఇతివృత్తం వున్నట్లుగా తోస్తుంది...

జీవితంలో హాస్యాన్ని కలిగించేవి గ్రంథాలలోకూడా హాస్యకరమైనవిగా వుండాలని ఎక్కడాలేదు... మంచి హాస్యకథలలో రచయితే హాస్యాన్ని కలిగించేవాడవుతాడు, పదాల్లోని ప్రతి మార్పూ అతని చమత్కారంలో మనల్ని భాగస్థులుగా చేస్తుంది."

- బ్రూన్‌పాటిసన్

హాస్యాన్ని కలిగించే ఉద్దేశంతో రాయబడ్డ కథలన్నీ హాస్యకథలే! బ్రూన్ పాటిసన్

తెలుగులో హాస్య రచయితలు చాలా తక్కువమంది ఉన్నారు. శ్రీయుతులు భమిడిపాటి కామేశ్వరరావు, మాచిరాజు దేవీప్రసాదరావు, మల్లాది అవధాని మొదలైనవారు ప్రముఖులు. శ్రీ విశ్వనాథ కవిరాజు కథలు వ్యంగ్యంగా సాంసారిక జీవితాన్ని చిత్రిస్తాయి.

ఉదాత్తమైన హాస్యంలో వ్యంగ్యం (ఐరనీ), పరిహాసం (సెటైర్) అపహాసం (సార్కాస్టినిజం) లు చేరుతాయి. అవన్నీ నర్మగర్భంగా వుండాలి.

అసలు హాస్యం రెండు రకాలుగా ఉంటుంది. 1. యథార్థహాస్యం (ట్రుహ్యూమర్): ఈ రకమైనహాస్యం పఠితలకు గిలిగింతలు పెట్టేలావుంటుంది. అందరూ ఆనందించేలా వుంటుంది. 2. కపటహాస్యం (ఫాల్స్ హ్యూమర్) : ఇది పేలవంగా ఉండి కడుపుబ్బేలా నవ్వుపుట్టిస్తుంది. విద్యాధికుల మనస్సుల్ని ఆకర్షించలేదు. ఎక్కువగా చదివితే వెగటు కలిగిస్తుంది.

నిజజీవితంలో ఎన్నో హాస్య సంఘటనల్ని మనం చూస్తాం; నవ్వు కలిగించే వింత వ్యక్తుల్ని పరికిస్తాం; వాటిని పాలిష్‌చేసి, రంగులు పూసి, కథల్లో వాడవచ్చును. స్కిట్‌లు ఈరకమైన కథలే.

9. జానపద కథలు:-

తరతరాలనుండి అనుశ్రుతంగా వస్తున్న అభూతకల్పనలతో నిండిన పాతగాథల్నే జానపద కథలు అనవచ్చును.

ఇవి దాదాపు అన్నీ ప్రేమగాథలే! కాని మధ్యలో అప్సరసలు మొదలైన మానవాతీతులు ప్రత్యక్షమై కథాగమనాన్ని మారుస్తోంటారు.

ఈ రకానికి చెందినవి కాశీమజిలీల కథలవంటివి. జానపద కథలు నేటి పత్రికల్లో 'బాల సాహిత్యం' క్రింద ప్రకటింప బడుతున్నాయి. ఆధునిక పరిస్థితుల కనుకూలంగా దేశాభ్యుదయానికి తోడ్పడే విషయాలను తీసుకుని ఈ రకపు కథలు రాయవచ్చును."

10. నీతికథలు:-

జంతువులూ, పక్షులూ పాత్రలుగా కలిగి, ఏదైనా ఒక నీతిని చాటు ఉద్దేశంతో రాయబడే కథలే నీతికథలు.

'పంచతంత్రం' కథలు మొదలైనవి ఎక్కువగా ప్రజాదరణని పొందిన రోజులున్నాయి. ఇవి ఎక్కువగా బాల సాహిత్యంలోకి చేర్చదగినవే!

నీతి అనేది స్థిరంకాదు. సాంఘిక పరిణామాల్తోబాటు దాని అర్థం అంతరార్థం మారుతో ఉంటుంది. కనుక నీతియొక్క కొత్తరూపాల్ని వెల్లడిచెయ్యడానికి కథలు అల్లవచ్చు. నేటి సాంఘిక, రాజకీయ పరిణామాల్ని కూడా జంతువుల, పక్షుల పాత్రలతో కథలు రాసి, ప్రజలకు బోధపడేలా చెయ్యవచ్చు.

11. ఘోష్టు కథలు:-

"ఘోష్టుకథ అమానుష విషయాలకు సంబంధించినదై వుండాలి; లేకపోతే ఆ కథ చెప్పవల్సిందేకాదు. వాస్తవిక విషయాలతో ఆరంభించి, చివర్న ముసుగుతొలగించి, 'అంతా ఏమీలేదు - పరిహాసమంతే!' అనే మోసగింపు కథల కంటె పాఠకులకు వొళ్లుమండించేదేదీ వుండదు. చిన్నపిల్లలు జడిసినట్టుగా పెద్దవాళ్లు భయపడరు - అంతకంటే భయంకరమైన విషయాలు కావాలి వాళ్ళని వొణికించే భూతం. మాయలమారిచేత సృష్టించబడిన దనుకునే కంటె, నరకాన్నుంచి వొచ్చిందనే నమ్ముతారు. - ఫిలిప్‌వాన్ డోరేన్‌స్టైర్.

అమానుష కృత్యాలను నెరవేర్చజాలిన దెయ్యాలూ, భూతాలతో అల్లబడిన అభూత కల్పిత గాథలే ఘోష్టుకథలు!

ఇవి తెలుగు సాహిత్యంలోకి ప్రవేశించ లేదనే అనవచ్చును. అన్ని దేశాల్లో, దెయ్యాలకథలు పూర్వంనుండీ వున్నవే. ప్రతిదేశంలోని అనాగరిక జాతులవాళ్ళంతా ఈ కథల్ని తమతమ జీవితాల్తో పెనవేసుకుని, కల్పితగాథల్లా గాక, వాస్తవికమైనకథల్లా భావిస్తారు.

ఘోష్టుకథలు వాతావరణకల్పన, ప్లాటుఅల్లిక, సస్పెన్సు, అనేవాటిపై ఆధార పడతాయి; అవే ఆ కథలలో 'టెన్షన్' కలిగించడానికి తోడ్పడతాయి.

లీఫానూ, ఎడ్గార్ ఎలెన్‌పోలు ఘోష్టుకథల పరిపక్వతకూ, అభివృద్ధికీ కారకులు.

ఇవి వాస్తవిక విషయాల్లో తమ పునాదుల్ని కలిగివుండాలి. వీటి రచనలో నిపుణత్వం వెల్లడయ్యేది, అవిపాఠకుల్ని వాస్తవ విషయాల్నుండి దూరంగా తీసుకుపోగలిగినప్పుడే, వీటిలో యథార్థ దూరవిషయాలు అంత ఎక్కువగా గాని, అంత తక్కువగా గాని ఉండ కూడదు.

ఘోష్టు కథల్ని రాయడానికి చదవడానికి ఊహాశక్తి అవసరం. ఇవి పెద్దలకోసం ఉద్దేశించబడినవే! ఐనా అవి చదివేటప్పుడు మనం చిన్న పిల్లలమై పోయినట్టనుకుంటాం. అవికలగజేసే భయాలు మనం చిన్నతనంలో పొందిన భయాలవంటివే.

12. సాహసిక కథలు:-

"హోమర్ తన పాఠకుడ్ని భూమిమీదా, సముద్రంపైనా ప్రాతినిథ్యపు ప్రయాణం చేయించినప్పట్నించి సాహసిక కథలయెడల తహతహ తరగనిదై ఉంటోంది."

-హెన్రీథామస్.

వీరులైనవారుచేసే సాహసకృత్యాలతో నిండిన కథలే సాహసిక కథలు.

ప్రపంచ కథాసాహిత్యంలో ప్రప్రథమ స్థానం పొందినవి సాహసిక గాథలే! అనాగరీక యుగంనుండీ మానవులు వీరగాథలు స్మరించడమందు ఎక్కువ ఆసక్తికలిగి ఉండేవారు. అందువల్లనే అవి వేలేండ్ల తర్వాతైనా గ్రంథస్థమవ కలిగాయి.

ఇవీ రెండురకాలుగా ఉంటాయి!

1. యథార్థగాథలు :- ఇవియదార్థ పరిస్థితుల కనుగుణంగా! వాస్తవికంగా కనపడేలా రాయబడతాయి యాత్రాగాథలు మొదలైనవి.

2. అభూత కల్పనలు:- ఇవి కట్టుకథలు. పూర్తిగా రచయిత ఊహాశక్తిమీద ఆధారపడే స్వాప్నికగాథలు. యథార్థాన్ని పునాదిగా కలిగి వుండి. పాఠకులు మచ్చిక అయ్యేదాక భ్రాంతినిపట్టి వుంచి, అసంభవప్రమేయాలను అంగీకారయోగ్య మయ్యేలా చేస్తాయి.

5. ఇతర రకాలు:-

1. 'టాపికల్' కథలు:- ఏవైనా 'కరెంట్ టాపిక్స్' (ప్రస్తుత విషయాల) ను తీసుకొని కథలురాస్తే వాటిని 'టాపికల్ స్టోరీస్' అనవచ్చును. ఎన్నికలు, మద్యపాన నిషేధం, రేషనింగ్, రైలు ప్రమాదం, యుద్ధం, మొదలైన విషయాలపై రాయబడే కథలు ఈ రకమైనవే!

2. వ్యాపార కథలు:- ఇవి వ్యాపార సంబంధమైన ప్రచారాలకు తోడ్పడే కథలు అమృతాంజనం, లక్సుసబ్బు, ఇన్సూరెన్సు కంపెనీల పాలసీలు మొదలైన వాటిని కొనడానికి ప్రజలను ప్రోత్సహించేలా కథలను రాస్తే వాటిని వ్యాపార కథలు (ట్రేడ్ స్టోరీస్) అనవచ్చును. ఇది మన దేశంలో ఇంకా ప్రచారంలోకి రాలేదు.

3. చిన్న కథల సీరియల్స్:- చిన్న కథల్ని 'సీరియల్' గా రాయవచ్చును. ప్రతీ కథాదేనికది పూర్తిగానే వుంటుంది. కాని అన్ని కథలూ ఒకటి లేక ఎక్కువ పాత్రలచేత నడపబడుతాయి.

4. రేడియో కథలు:- రేడియోలో ప్రసారం చెయ్యడానికి అనువుగా రాయబడే కథలే రేడియో కథలు.

ఇవీ అన్ని కథలమాదిరిగానే కాగితంమీద కనపడతాయి. రాయడం కష్టంకాదు. కాని రేడియోకి కథల్ని రాసేటప్పుడు ఈ క్రింది విషయాల్ని గమనించాలి.

1) కథలు పదిహేను నిమిషాలకంటె ఎక్కువ వ్యవధి తీసుకోకూడదు.

2) ఆవేశపూరితమైన సంభాషణలూ, అవీ రాసి, ప్రసారంచేసే వాళ్ళనుండి ఎక్కువగా ఆశించరాదు.

3) అవసరమైన సంభాషణలే రాయాలి. మిగిలిన కథ కథకుడే చెబుతున్నట్టుండాలి. సంభాషణల పరిమాణాన్నే గాక, స్వభావాన్ని కూడా పరీక్షించాలి.

4). కథ, ఎదటివ్యక్తికి చెబుతున్నట్టుగా, సామాన్యంగానూ, సహజంగానూ ఉందోలేదో పైకిచదివి చూసుకోవాలి.

5) శ్రోతల దృష్టి నాకర్షించడానికి రెండు, మూడు నిమిషాలకంటె ఎక్కువ సేపు తీసుకోకూడదు.

6) హాస్యమైన, తీక్షణమైన సన్నివేశాలతో ప్రారంభించడం మంచి పద్ధతి.

7) తక్కిన కథ శ్రోతల్ని పట్టి వుంచేదిగా ఉండాలి.

8) గ్రామీణ సమస్యలకూ, సామాన్య ప్రజా జీవితాలకు సంబంధించిన ఇతి వృత్తాలను రేడియో కథలుగా రాయవచ్చును.

5. సినిమా కథలు:- ప్రఖ్యాత కథకులు రాసిన చిన్న కథలనూ, పెద్దకథలనూ, చిత్రాలుగా తీయవచ్చు. అంతర్జాతీయ ప్రఖ్యాతి నార్జించిన గొప్ప చిత్రాలు 'యూకివారసును' 'బైసికిల్ తీఫ్' మొదలైనవాటిని కథానికా చిత్రాలనవచ్చును. కాని మన నిర్మాతలు సుప్రసిద్ధ కథకుల్ని వాళ్ళు ఏర్పాటుచేసుకున్న కథలకు ఉత్తమ సంభాషణలు రాయడానికి మాత్రమే వినియోగిస్తున్నారు. అందువల్ల పేరుప్రఖ్యాతులు పొందిన కథకులకైనా సంభాషణలు రాసే అవకాశమే దొరికే వీలున్నది.

ఐనా సినిమాకథల రచన విషయంలో ఈ క్రింద పేర్కొనబడిన ప్రత్యేకతలు గమనించ దగినవే!

1. ఈ కథలలో కథనంతా క్రియాత్మక రూపంలోనే నడపాలి.
2. వివిధ దేశాలలోని వివిధ పాత్రలు చేస్తున్న సంఘటనలను చూపవచ్చు.
3. చిన్న చిన్నవి ఎక్కువ రంగాలు ఉండవచ్చును.

4. కథలలో వాడే పాత్రలకు పరిమితి అవసరంలేదు.

5. కాలనియమం అవసరంలేదు; ఈ కథలలో కాలం ఎగరకలదు; కొన్ని తరాలకు సంబంధించిన కథల్ని కూడా ఎత్తుకోవచ్చు.

6. రచయిత ఊహాశక్తికి పరిమితి అవసరంలేదు. నిర్మాతలు, నిపుణులు వాటిని తెరమీదకు తేగలరు.

7. సినిమా కథంటే సంభాషణల ప్రోగుకాదు. చాలా తక్కువ సంభాషణలు కలదే ఉత్తమచిత్రం! సంభాషణలు – క్రియాత్మక రూపంలో ఉన్న కథకు, నగిషీ గా మాత్రమే వుండాలి.

8. సంభాషణలు బిగువుగానూ, త్వరితగతి కలవిగానూ, సహజంగానూ, తెలివైనవిగాను, క్లుప్తంగాను ఉండాలి – సామాన్య ప్రేక్షకుడికి అర్థమయ్యేలా, సినిమాలు ప్రేక్షకుల చెవులకంటె నేత్రాలకు, మేధస్సు కంటె చెవులకు ఇంపుగా ఉండాలి.

9. ఏదీ చెప్పించకూడదు; అన్నీ చూపడానికి యత్నించాలి.

10.కథలలో సంచలనం ఉండాలి. సంచలనమంటే అటూ ఇటూ తిరగడం; కిటికీలు తెరవడం, మూయడం మొదలైన కదలిక కాదు; కథా గమనానికి తోడ్పడే క్రియాత్మక రూపంలోవున్న చర్యలే!

6. బాల కథలు:– చిన్న పిల్లలకోసం వ్రాయబడే కథల్నీ బాల కథలని పిలవవచ్చును. ప్రస్తుతం బాలకథా సాహిత్యం కొల్లలుగా వెలువడుతోంది. పిల్లలకోసం కథల్ని రాసేటప్పుడు బాలబాలికల మనస్తత్వం గుర్తుంచుకోవాలి. అది మొదటి విషయం. పెద్ద అక్షరాలూ, రంగురంగుల చిత్రాలూ తర్వాత విషయాలు.

చందమామ, బాల, ఆంధ్రపత్రిక – ఆంధ్రప్రభలలోని బొమ్మరిల్లూ, బాలప్రభ మొదలైనవి బాలకథా సాహిత్యాన్ని బాగా ప్రచారం చేస్తున్నాయి.

ఏడవ అధ్యాయం:

శిల్పము

నిర్మాణ కౌశలము:-

మనదేశంలో కథారచన, నేడు, పాశ్చాత్యరచనా సాంప్రదాయాల్ని బట్టే జరుగుతోంది. మన కథలలో నిర్మాణకౌశలం ఉట్టి పడాలంటే శిల్ప విషయంలో తగు శ్రద్ధవహించాల్సి ఉంటుంది.

కథాశిల్పానికి తోడ్పడే వివిధ అంశాలను గురించి పరీక్షించుదాం:-

1. భాష:-

'సాధారణ మానవుడు తాను పరిపరివిధాల మనసులో ఎలా అనుకుంటాడో అలాంటిభాష, అలాంటి వాక్యాలు కథలో అధికంగా వాడబడాలి. అందులో వ్యాకరణ దోషాలున్నా వాక్యాలు అస్పష్టంగా ఉన్నా, ఫరవాలేదు." – దాశరథి.

నేడు కథాసాహిత్యం, ప్రజాభాషలో రాయబడుతున్నందువల్ల, ప్రజానీకంతో సన్నిహితత్వం పొందుతోంది. ప్రారంభ దశలోని రచయితలు ఈ క్రింది విషయాలను, భాషవిషయంలో, గమనించడం అవసరం:-

1. కథలు రాయడానికి పాండిత్య ప్రకర్ష అక్కర్లేదు. శిష్టవ్యావహారిక భాషలో, అన్ని ప్రాంతాలవారికీ సుబోధకంగా రాయగలిగితే చాలు.

2. అప్పుడప్పుడు కథావాతావరణాన్ని బట్టి భాషను కఠినతరం చెయ్యవచ్చు. సాంఘిక కథల్లో వాడే భాషకూ, చారిత్రక కథల్లో వాడే భాషకూ, కొంతతేడా ఉంటుంది.

3. సరైన చోట్ల సరైన పదాలను మాత్రమే వాడాలి. సాధ్యమైనంత వరకూ చిన్న మాటల్ని ఎంచుకోవాలి.

4. వాక్యాలు విస్పష్టంగా, అసందిగ్ధంగా ఉండాలి.

5. అనివార్య పరిస్థితులలోగాని సమాసాలను ప్రయోగించకూడదు.

6. వాస్తవికతకోసం అవసరమైన చోట్ల తప్పించి, గ్రామ్య భాష వాడకూడదు.

2. *శైలి:–*

"యుక్తమైన స్థలాల్లో యుక్తమైన మాటలుండాలనడమే శైలి యొక్క యథార్థమైన నిర్వచనం."

– జొనాథన్ స్విఫ్ట్

'శైలి' అనే పదాన్ని మనం తరుచు పెద్దరచయితలు వాడుతూండగా వింటాం. కాని ఆమాటలను చూసి భయపడాల్సిన పనేమీలేదు. మనం కథల్ని రాసుకుంటూపోతే ప్రత్యేకమైన శైలి, మనకొకటి, అదే ఏర్పడుతుంది – మన భాష మన శైలిలో ఒక భాగం కనుక.

సాధారణంగా శైలిని గురించి రాసేవాళ్ళంతా ఒక ఫ్రెంచి విమర్శకుడన్న 'స్టైయిల్ ఈజ్ ది మాన్ హిమ్‌సెల్ఫ్' (మానవుని వ్యక్తిత్వమే శైలి, అనే వాక్యంతో ఆరంభ మవుతాయి).

'శైలి, అంటే రచనలో అంతర్గతమై ఉన్న రచయిత యొక్క ప్రత్యేక లక్షణము; అది 'ఒకరకపు రచన.'

కథలలో ప్రత్యేకమైన శైలిని చూపడానికి ఎక్కువ అవకాశాలు లేవు. కాని గొప్పరచయితలు తమ రచనలను శైలి ద్వారా పాఠకులు గుర్తించేలా చెయ్యగలుగుతారు.

కథలకు సంబంధించినంతవరకు శైలి అనేది, చెబుతున్న కథలోని వాతావరణం, సెట్టింగ్, పాత్రలు మొదలైన వాటికి అనుగుణంగా రచన వుండేలా చూసుకోవడమే అనవచ్చును.

ప్రారంభ కథకులు ఈక్రింది విషయాలను పాటించడంద్వారా శైలిని అభివృద్ధి పర్చుకోవచ్చును.:–

1. చిన్న చిన్న పేరాగ్రాఫులు రాయాలి.
2. విరామ స్థానాల్ని, ప్రశ్నార్థక, ఆశ్చర్యార్థక సంజ్ఞల్ని సరిగా గుర్తించాలి:
3. సామాన్యమైన పదజాలాన్ని ఎంచుకోవాలి.
4. సందిగ్ధ భావాలు కలిగేలా వాక్యాల్ని రాయకూడదు.
5. ఊతపదాలూ, కర్ణకఠోర శబ్దాలు వాడకూడదు.
6. సూటిగా, సూక్ష్మంగా 'ఫీల్' ఐనట్టుగా రాయాలి.

పై విషయాల్ని గమనిస్తో, రచనలు కొనసాగించినట్టయితే, స్వంత శైలి అదంటదే మనకు ఏర్పడుతుంది, దానికోసం ప్రత్యేకం ప్రయత్నించి, కుస్తీ పట్టనక్కర్లేదు.

3. పాత్రీకరణ:-

"కథల్లో పాత్రీకరణకి ప్రముఖస్థానం ఉంది. సాధారణమైన కథల్ని పాఠకులు కొద్ది కాలంలోనే మర్చిపోతారు. వేటిల్లో అయితే పాత్రీకరణ విశేషత్వాన్నిపొంది ఉంటుందో అవి ఎప్పటికీ పాఠకుల మనస్సులమీద ప్రభావాన్ని కలిగి ఉంటాయి."

- వినోదశంకర్ వ్యాస్, జ్ఞాన్‌చంద్‌జైన్

మన కథల్లో కళాసౌష్టవం బాగుండాలంటే మనంచేసే పాత్రీకరణ చాలా ఉత్కృష్టంగా వుండాలి. పాత్రీకరణలో పాత్రసృష్టి, పాత్రచిత్రణ, పాత్రపోషణ కలిసివుంటాయి. దీన్నే పాత్రకల్పన అనికూడా అనవచ్చును.

కథకుడో, నవలాకారుడో, నాటక రచయితో సృష్టించే ఊహా వ్యక్తే పాత్ర. పాత్రను సృష్టించడమే పాత్రీకరణ.

మనలో 'పాత్రలెక్కడ దొరకుతారు?' అనే ప్రశ్న కలుగుతుంది. మొదటిరోజులలో, ప్రసిద్ధిపొందిన కథకులంతా, వాళ్ళకి బాగా తెల్సిన, ప్రతి నిత్యం కల్సే మాట్లాడే వ్యక్తులనుండే రమ్యమైన పాత్రల్ని సృష్టించారు.

ఈక్రింది విషయాల్ని గమనించి పాత్రీకరణకి పూనుకుంటే, అది చాలా ఉత్తమంగా ఉంటుంది:-

1) పాత్రల్ని ముందుగా మనం కళ్ళయెదుట సాక్షాత్కరించుకో గలగాలి.

2) మనం ఎంతవరకు వాళ్ళని ఊహించగలమో, ఆ చిత్రాల్నే పాఠకులకు సమర్పించాలి.

3) పాత్రలు సజీవంగానూ, స్వయం నిర్ణయశక్తిగల వారుగానూ ఉండాలి కీలుబొమ్మలనిపించకూడదు.

4) వారి ప్రత్యేక వ్యక్తిత్వాలను, అలవాట్లనూ, వారి సంభాషణల్లో చర్యల్లో చూపాలి.

5) సందర్భానుసారంగా అక్కడక్కడ పాత్రల అందచందాలు, ఆకృతి, వయస్సు, ఆలోచనలు మొదలైనవి తెలపాలి.

6) ప్రతీ పాత్ర సంభాషణలలోనూ వ్యత్యాసం చూపగలగాలి

7) తక్కువ పాత్రలతోనే కథ నడపబూనడం- మొదటి రోజుల్లో -ఉత్తమమార్గం.

8) పాత్రల పేర్లు వారి స్థితిగతులకు అనుకూలంగా ఉండాలి.

9) పాత్రలను - ఒక్కసారిగా పరిచయ వాక్యాలతో పరిచయం చేయడంకన్న- క్రమక్రమంగా పాఠకులకు పరిచయమయ్యేలా చెయ్యడం మంచిపద్ధతి.

10) పాత్రల వర్ణనలు సాధ్యమైనంత క్లుప్తంగా ఉండాలి. అన్నీ ఒక్కచోటే రాయకూడదు.

ఆదిలో పాత్రీకరణకోసం కష్టపడక్కర్లేదు. పాత్రలని, శక్తికొలదీ ఊహించి, సహజంగా చిత్రించడానికి యత్నిస్తే చాలు.

4) సంభాషణలు:-

"నేను కాల్పనిక సాహిత్యంలో ఎంత ఎక్కువ సంభాషణని వాడగలనో అంతా వాడుతాను."

- ఎర్ల్‌డెర్‌బిగ్గర్సు

కథాశిల్పంలోని తక్కిన అంశాలకంటె కష్టమైనవీ, అతిముఖ్యమైనవీ సంభాషణలే! కథలలో సంభాషణలు అనివార్యమైనవి. మనం జీవితంలో మన భావాలు, ఆలోచనలు ప్రకటించడానికి సంభాషణలనే ప్రధాన సాధనంగా ఉపయోగిస్తాం. అదేమాదిరిగా కథలు వాస్తవికంగా కనపడడానికి, స్వభావసిద్ధమైనవిగా తోచడానికి సంభాషణలు అత్యవసరం! సంభాణలు శక్తివంతంగా వుండడానికి మనం ఈ క్రింది విషయాల్ని గమనించాలి:-

1) సంభాషణలు ఎప్పటికీ కథాగమనానికి తోడ్పడాలి గాని నిరర్థక మవకూడదు.

2) సంభాషణలు పాత్రోచితంగా వుండాలి. పండితుడిచేత పామరుడి భాషనూ, పామరుడిచేత తద్విరుద్ధంగానూ మాట్లాడించకూడదు.

3) పాత్రల మానసిక పరిస్థితుల, స్థితిగతుల ప్రభావాలు వారి సంభాషణలమీద వుంటాయనేవి గమనించాలి.

4) సంభాషణలు చిన్నవిగా సహజంగా వుండాలి. గుక్క తిరగని వాక్యాలు పాత్రలచేత మాట్లాడించరాదు.

5) కథలలలో సాధ్యమైనన్ని చోట్ల - అనవసరంగానూ కాదు- సంభాషణల్ని జొప్పించాలి.

6) పాత్రల సంభాషణలు చిలకపలుకుల్లా వుండకూడదు. అనుభవించి, మాట్లాడినట్టు అనిపించాలి.

7) సంభాషణల్ని ప్రవేశపెట్టేందుకు వాడేమాటల్ని సాధ్యమైనంత వరకూ మారుస్తూ పోవాలి.

8) సంభాషణలతో బాటు పాత్రలు చేస్తున్న పనిని కూడా తెల్పడం మంచి పద్ధతి.

9) సంభాషణలలోని వాక్యాలను వైయాకరుణుని దృష్టిలో చూడక్కరలేదు.

10) పాత్రల సంభాషణల్ని బట్టి పాఠకులు వారిని గుర్తించకలిగేలా వుండాలి.

పాత్రలు - మాట్లాడే యంత్రాలు కాదనీ మనలాగే అనుభవించి, మాట్లాడు మానవులని మనం గుర్తుంచుకోవాలి. ఆ పాత్రల 'మోషన్స్' (సంచలనముల) నూ, 'ఎమోషన్స్' (భావసంచలనముల)నూ స్పష్టంగా చూపించాలి.

తెలుగు సాహిత్యంలో ప్రసిద్ధి పొందిన రచయితలంతా బాగా సంభాషణలు నడుపనేర్చినవారే! అయినప్పటికి శ్రీ గుడిపాటి వెంకటచెలం, శ్రీ శ్రీపాదసుబ్రహ్మణ్యశాస్త్రి గార్లకు అగ్రతాంబూలం వస్తుంది.

ఉదాహరణ:- ఇద్దరూ గోదావరి వొద్దున తారసిల్లారు, "మీదేవూరండీ?" అనడిగింది, నల్లటావిడ, "కోనసీమ" అని బదులుచెప్పి "మరి మీ దేవూరు?" అని యెదురడిగింది, యెర్రటావిడ,

'జల్లిసీమ'

'మీ పేరు?'

'రత్తమ్మ'

'వైదీకులా?'

'అవును - మీ పేరు?'

'సుందరమ్మ'

'నియోగులా?'

'కాదు, వైదీకులమే'

అప్పటి కిద్దరూ కత్తిరివొడ్డు దిగారు.

'మీరిక్కడెందుకున్నారూ?' అనడిగింది రత్తమ్మ.

'మా అబ్బాయి వుద్యోగంకోసం వచ్చాం'

'దొరికిందా?'

'ఇంకా లేదు'

'ఎన్నాళ్ళయిందీ మీరువచ్చీ?'

'నిన్ననేనండీ మీ రెందుకు వచ్చారూ?'

'మేమూ మా అబ్బాయి వుద్యోగంకోసమే - నిన్ననేవచ్చాం. అయితే, మీకిల్లు దొరికిందా?'

'ఆ దొరికింది, ముట్టుగదీ, దానికి చేరివున్న వసారా ఇచ్చా రెనిమిది రూపాయలు కట్టి'... ... ...

- ("తాపీమేస్త్రీ రామదీక్షితులు బి.ఎ." శ్రీ శ్రీపాద సుబ్రహ్మణ్యశాస్త్రి)

5. వాతావరణం:-

కథలలో మనం కల్పించే వాతావరణాన్ని బట్టే కథల గెలుపు ఆధారపడి వుంటుంది. పాత్రల కార్యాచరణా, సంఘర్షణా సంఘటనల వాస్తవికతా, వాతావరణముపైనే ఆధారపడి వుంటాయి.

ఒకవేళ మన పాత్రలు అసాధారణమైనవైనా, మనం కల్పించే సంఘటనలు, అభూతకల్పనలైనా, మనం కథలలో, వాటికి తగిన వాతావరణం కల్పించాలి. కథలు అంగీకారయోగ్యంగా ఉండేందుకు. పరిశోధక కథలలో, ఘోష్టకథలలో పాఠకుల దృష్టిని పట్టి వుంచేది వాతావరణమే!

క్లుప్తంగానూ, సమగ్రంగానూ వుండే వర్ణనలతో వాతావరణాన్ని చక్కగా చిత్రించ గలుగుతాం.

6. సంఘటనలు:-

కథలో కల్పించే సంఘటనలె చాలా సహజంగా వుండాలి. దీనికోసం మనం ఈక్రింది విషయాలపై శ్రద్ధవహించాలి.

1. సంఘటనలు కథలోని సహజపరిణామంలా వుండాలి; కాని అతికినట్టుగా వుండకూడదు.

2. సంఘటనలు వాస్తవికంగా వుండాలి; లేదా వాస్తవిక మనిపించేటట్టుగా వుండాలి. దీనికి తగిన వాతావరణాన్ని కథలో కల్పించాలి.

సంఘటనలవల్ల ఈక్రింది ప్రయోజనాల్ని పొందవచ్చును: 1) కథాప్రారంభం 2) పాత్రీకరణ 3) కథలోసస్పెన్సు, క్లైమాక్స్‌ల సృష్టి.

7. వర్ణనలు :-

"వర్ణనా నైపుణిగలవాడే మనలను సంచలనంగలిగిన దృశ్యాల సమక్షంలో చైతన్యవంతంగా వుంచుతాడు." **- ప్రొఫెసర్ షిఫర్డ్**

నాటకాల్లో సంఘటనల్నీ, పాత్రల్నీ, దృశ్యాల్నీ, ప్రేక్షకులు చూడగలుగుతారు. కథల్లో అయితే పాఠకులు రచయితల వర్ణనల సహాయముతో వాటిని ఊహించుకుని, మనోనేత్రంముందు సాక్షాత్కరించుకోవాల్సి వుంటుంది. మనవర్ణనలు ఆ ఫలితాన్ని తీసుకు రాగలిగినవై వుండాలి! వర్ణనకి కథారచనలో అత్యంత ప్రాముఖ్యముంది. అందువల్ల ఆధునిక వర్ణనల విషయంలో ఈక్రింది అంశాలు గమనార్హాలు.

1) వర్ణనలు సాధ్యమైనంత క్లుప్తంగా వుండాలి.

2) 'ఫాష్ - లైట్" పద్ధతిలో వర్ణనలను పాఠకులకు సమర్పించాలి. అంటే ఒక్కచోట కాక అక్కడక్కడ వ్రాయాలని అర్థం,

3) చైతన్యవంతమైన వాటినే ఎక్కువ వర్ణించాలి; నిలకడ వస్తువుల్ని కాదు.

4) వర్ణనలు సలహా రూపంలో ఉండి, పాఠకులు దృశ్యాల్ని ఊహించుకునేందుకు తోడ్పడ గలగాలి.

5) పాత్రల, వాతావరణ, సన్నివేశాల చిత్రణలకూ, కథాప్రారంభానికీ వర్ణలను వినియోగించవచ్చు.

ఉదాహరణ:-

1) దృశ్యవర్ణన:-

... గోడలు అందంగా అద్దంలా మెరుస్తున్నాయి. గదికి నాలుగు ద్వారాలు, ఆరు పెద్దకిటికీలు వుండడంవలన గాలి విస్తారంగా లోనికి వీస్తోంది. డోము వేసిన పెట్రోమేక్సులైటు, వెన్నెలలా గదినిండా కాంతిని జల్లుతోంది. ద్వారబంధాలకు మామిడి తోరణాలు, బంతిపూలదండలు, వింత శోభనిస్తున్నాయి... ...

('సంస్కార హృదయుడు' - శ్రీగురజాడ)

2) వాతావరణ వర్ణన:-

ఎడతెరిపిలేకుండా కురిసిన వర్షం ఇవాళవెలిసింది. సూర్యుడు లోకానికి అప్పుపడ్డ వాడిలాగ దొంగతనంగా తొంగిచూస్తున్నాడు. ప్రళయం వచ్చిన భూమి కరిగి పారినట్టు వరద గోదావరి పొంగుతోంది. పట్టణంలోకి వెళ్ళి మానవుల విచిత్ర జీవం చూడాలనేమో పైపైకి ఉబుకుతోంది... ... ... ('మనిషి ఖరీదు' - శ్రీ అనిసెట్టి)

3) పాత్రల వర్ణన:-

... ఆయన ఎత్తుగా, లావుగా వున్నాడు; కాకీట్రౌజర్, డబుల్ బ్రెస్ట్‌కోటు, కండ్లజోడు, చేతులో హంటర్ వున్నాయి; మధ్యపాపిడి తీసి, పక్కలికి అణచి దువ్వేసిన పొట్టిక్రాప్, సన్నటిమీసం, వొత్తుగా కనుబొమ్మలు, ఆకృతి కొంచెం భీకరంగా కనపడ్డా దగ్గర్నించి చూస్తే మొహం లేతగా కనపడింది. వయస్సు పాతికలోపుగానే వుండాలనిపించింది. ఆవిడ మరీ లేతగా కనిపించింది, యిరవైలోపు - సన్నం మీద పొడుగ్గా కనిపించినా, అంత పొడుగూకాదు. చాలా పల్చని మొహంతో - సూర్యుడి కిరణాలలో కరుగుతున్న బంగారంలాగ, మెత్తగా మెరిసిపొయ్యే శరీరఛాయ - జీలుగు బెండుతో నిలబెట్టిన ఓడ కొయ్యకు వెండిరేకు తెరచాప ఎత్తిన దృశ్యం స్ఫురిస్తుంది. తెల్ల చుక్కల - ఆకుపచ్చ

సిల్కు మఫ్లర్ తలకి చుట్టింది. అందులోంచి సన్నటి వొంకులజుట్టు, పుట్టలోపలికి కదుల్తున్న పాముతోకలా, నుదిటి మీద జారుతోంది.

('అడవి కాసిన వెన్నెల' - శ్రీ బుచ్చిబాబు)

8. మరికొన్ని విషయాలు:-

మొత్తంమీద కథలు ఉత్తమంగా వుండడానికీ, కథాశిల్పం ఉన్నతంగా వుండడానికీ ఈ క్రింది విషయాలలలో లోపాలు రాకండా దృష్టిని కేంద్రీకరించి రచన కొనసాగించాలి.-

1. మనకు వచ్చే అనంతమైన భావాలనుండి కథకు థీమ్‌గా బలమైనదాన్నే ఎంచుకోవాలి. మానవ సమస్యలు ఇమిడి వుండాలి. నాటకీయ బిగువు వుండడం అవసరం.

2. కథలో, ఎలాగో ఒకలా ఆలోచించి, సస్పెన్సును సృష్టించాలి.

3. ప్లాటు అంగీకారయోగ్యంగా, సహజంగా, అసంభవం కాదనిపించేలా వుండాలి.

4. కథల్లో సమయ,స్థలాలమధ్య ఏకత్వం వుండాలి. ఒక యుగంలో మొదలుపెట్టి మరొ యుగంలోకి, ఒక లోకంలో మొదలెట్టి మరో లోకంలోకి పోకూడదు సాధ్యమైనంత తక్కువ కాలంలో ఒకే స్థలంలో కథ జరిగినట్టుగా రాయాలి.

3. దృశ్యకావ్యత్వం లభింప జెయ్యాలి; అంటే పాఠకులు కథలోని దృశ్యాల్ని వాళ్ళనేత్రాల ముందు సాక్షాత్కరించుకో గలగాలి. ఇది చాకచక్యంతో కూడిన సలహాతోనే గాని పేజీలకు పేజీలు వర్ణించి కాదు.

4. పాత్రలు కీలుబొమ్మల్లా వుండకూడదు. పాత్రల్ని సజీవంగా సృష్టిస్తేనే అది సృజనాత్మక కళాఖండం అవుతుంది.

5. అనవసరమైన పాత్రలతో కథారంగాన్ని జనసమ్మర్థం చెయ్యకూడదు.

6. విషయాలను తిన్నగా, "బలవంత బ్రాహ్మణార్థం" లా పాఠకులపై రుద్దకూడదు. పరోక్షంగా, సలహారూపంలో, సంఘటనా రూపంలో చెప్పాలి. అదేకళ. వార్తల్ని రాయడానికీ కాల్పనిక సాహిత్యానికీ - ఛాయా చిత్రాలకూ, చిత్రకారుల చిత్రాలకీ వున్నట్టు - అదే భేదం. కథలలో పునరుక్తిదోషం వుండకూడదు.

7. కథలు పూర్తిగా కథన రూపంలోగాని, క్రియాత్మక రచనా రూపంలోగాని వుండకూడదు. మధ్యరకంగా వుంటే మంచిది.

8. కథాగమనంలో నాటకీయ ఆసక్తి పెరుగుతూ, కథ పొడుగునా ఉండాలి.

9. కథా ప్రణాళికలో, నిర్మాణంలో, ఉద్దేశంలో సందిగ్ధ స్థితి క్షమార్హం కాదు; కథను బహూకరించడంలో సందిగ్ధతవుంటే సరిదిద్దుకోవచ్చును.

10. పాఠకుల సానుభూతిని పాత్రలు పొందాలి; అంటే కథ చదవడం పూర్తి చేసేటప్పటికీ వాళ్లలో సుఖ దుఃఖభావాలు కలగాలి. అప్పుడే కథ గొప్పదైనట్టు.

11. కథారచన సరళంగా వుండాలి; ఎక్కువగా "బ్రేకులు" వుండకూడదు. గారడీ చేసినట్టుగా ఒక దృశ్యంనుండి మరోదృశ్యానికి మార్చకూడదు. కథలో "కంటిన్యూటీ' చెడకూడదు. కథలో రచయిత ఎక్కడా అడ్డు రాకూడదు.

12. కథలలో తర్వాత జరగబోయే సంఘటనలకు ముందుగానే విత్తులు వేసుకోవాలి. దీన్నే "ప్లాన్టింగ్" అంటారు - అంటే తర్వాత కలపడానికి వీలుగా ముందుగా, కొన్ని విషయాలను చెప్పడమే.

9. విషయ విభజనము:-

ఈ క్రింది శాతముల ప్రకారం ఆయా అంశాలపై శ్రద్ధవహించి కథారచన చేస్తే శిల్పశాస్త్ర దృష్ట్యా ఉత్తమ కథలు తయారవుతాయనవచ్చును.

1. థీమూ, ప్లాటూ - 30% 2. రచనా సౌష్టవం - 15% 3. పాత్రీకరణ - 3%, 4. కథన విధానం - 15%, 5. భాష;శైలి - 10%.

10. కథా విశ్లేషణము:-

"మనం వీలుకోసం కథలను ప్లాట్లు, రచనాక్రమం, పాత్రీకరణ, సంభాషణలు, భాషా, శైలి అనే భాగాలుగా విభజిస్తాం. కాని వాస్తవంగా అవి వేరువేరుగా ఉండవు. సంపూర్ణమైన కథ పాఠకుల్లో ఏదో ఒక విశిష్టభావనా సంచలనం కలిగించాలన్న ఒక్క ఆలోచనను మాత్రమే కలిగి ఉంటుంది. కథాకథనోద్దేశం అదే! ఐతే మనం కథాకథన కళను గురించి అధ్యయనం చెయ్యడానికి దాని సామగ్రిని వివిధ భాగాలుగా విభజిస్తే సులభమౌతుంది."

- విద్యా శంకర్ వ్యాస్.

జ్ఞాన్ చంద్ జైన్.

కథారచనను గురించీ శిల్పాన్ని గురించీ మనం తెల్సుకున్నాం. ఇప్పుడు శిల్పశాస్త్ర దృష్టా పరిపూర్ణమైన కథ అనదగిన మహాకవి కీ.శే గురజాడ అప్పారావుగారి 'దిద్దుబాటు' అనే కథానికను పరిశీలిద్దాం.

కథావిశ్లేషణము వలన మనం కథలు ఎలా వ్రాయబడతాయి అనేది తెలుసుకో గలుగుతాం. కథారచనలో ఏ సాధనాలు ఎక్కడ వుపయోగించాలంటూ ఎవరూ సిద్ధాంతీ కరించి చెప్పలేరు. ఉదాహరణవల్ల తెల్సుకోవాల్సిందే!

ఉదాహరణ:-

కథ: "దిద్దుబాటు"

"తలుపు! తలుపు!"

తలుపు తెరువఁబడలేదు.

ఒక నిమిషమతడూరుకొనెను.

గదిలోని గడియారము టంగుమని

ఒంటి గంట కొట్టింది.

"ఎంత ఆలస్యముచేసితిని! బుద్ధిగడ్డి తిన్నది. రేపటినుంచి జాగ్రత్తగా వుంటాను. యాంటినాచల్లాపోయి సానిదాని పాట సరదాలో మనసులగ్నమైపోయినది. ఒక్కపాట సరదాతో కుదరలేదు. మనిషి మీదకూడా సరదాపరుగెత్తుతుంది. లేకుంటే, పోకిరీ మనిషి వలె పాట ముగిసినదాకా కూర్చోవడ మేమిటి? యేదో వక అవకాశము కలుగ జేసికొని దానితో నాలుగు మాటలు ఆడడపు ఆసక్తియేమి? ఇదుగో లెంపలు వాయించు కుంటున్నాను. రేపటి నుంచి మరిపాటకు వెళ్ళను నిశ్చయం. నిశ్చయం... గట్టిగా పిలిస్తే కమలిని లేవగలదు మెల్లిగా తలుపు తట్టి రాముడిని లేపగల్గితినా చడిలేకుండా పక్కజేరి పెద్దమనిషి వేషము వెయ్యవచ్చును."

గోపాలరావు తలుపు చేతనంటగానే రెక్క విడబారెను. "అరే యిదేమి!" అనుకొని, రెక్క మెల్లన తెరవ, నడవలో దీపములేదు అంగణమును దాటి తన పడకగది తలుపు తీయ, నందును దీపము లేకుండెను. చడి లేక అడుగువేయుచు మంచందరికి పోయి కమలిని నిద్రించుచుండెనా, మేల్కొని

క్రియాత్మక రూపంలో కథాప్రారంభం

సమయవర్ణన

స్వగతం ద్వారా కథా ప్రస్తావనా, పాత్రీకరణ

నాటకీయశైలి గమనార్హం

శిష్ట వ్యావహారిక భాష

సంఘర్షణ; సస్పెన్సు

సస్పెన్సు

యుండెనాయని కనుగొన యత్నించెనుగాని, యేర్పరింప లేడయ్యె అంత జేబునుండి అగ్గిపెట్టెతీసి పుల్ల వెలిగించెను. కమలిని మంచముపై కానరాలేదు.

నిశ్చేష్టుడై చేతినుండి అగ్గిపుల్ల నేలరాల్చెను. గదినీ అతని మనస్సును కూడ చీకటి క్రమ్మెను. వెఱ్ఱిశంకలును, అంతకు వెఱ్ఱి సమాధానములు మనసున పుట్టుచు, గిట్టుచు వ్యాకులత కలుగజేసెను. బుద్ధి తక్కువకు తనయందో, కానరామికి కమలిని యందో, యేర్పరింపరాని కోపావేశమును, చీకాకును కలిగెను. వట్టివాకిటికి వచ్చి పిలువ చుక్క కాంతిని దాసిగాని దాసుఁ డుగాని కనపడలేదు. వారికి తగినశిక్ష ఉరియేయని గోపాలరావు నిశ్చయించెను.

సంఘర్షణాభివృద్ధి

తిరిగి గదిలోనికిపోయి దీపము వెలిగించి గది నలుదెసల పరికించెను. కమలిని కానరాలేదు. వీధి గుమ్మముజేరి తలుపు తెరచి చూడ చుట్టకాల్చుచు తలయెత్తి చుక్కల పరీక్షించుచున్న రాముడు వీధి నడుమ కానవచ్చెను. పట్టరాని కోపముతో వానిని జూచి గోపాలరావు "రామా!రా!" యని పిలచెను. రాముఁడు గతుక్కుమని చుట్ట పారవైచి "బాబు" అని దగ్గరెను.

కార్యాచరణ

వర్ణనతోపాత్ర ప్రవేశపెట్టడం

"మీ అమ్మేదిరా;"

"మాయమ్మా? యింటనున్నది బాబూ"

"మీ అమ్మ కాదురా! బుద్ధిహీనుడా! నా భార్య"

మృదువైన హాస్యం

"అమ్మగారా; యెక్కడుంటారు బాబూ? పడుకున్నారు."

"యింట్లోనేలేదు!"

రాముడి గుండెల్లో దిగులు ప్రవేశించెను. గుమ్మములో అడుగు పెట్టగానే రాముని వీపుపై వీశగుద్దులు రెండు పడెను. "చంపివేస్తిరి బాబూ" అని రాముడు నేల కూలఁబడెను.

మరోఘటన

గోపాలుడు సదయహృదయుఁడు, అక్రమమాచరించితి ననుజ్ఞానము వెంటనే పొడమి ఆగ్రహావేశము దిగజారి పశ్చాత్తాపము కలిగెను. రాముని చేత లేవనెత్తి, వీపు నిమిరి పశువువలె నాచరించితినని యనుకొనుచు గదిలోనికి తీసుకొనిపోయెను.

పాత్రీకరణ

కుర్చీపయి కూచుని "రామా యేమా యెరా" యని ధైర్యముతోననెను.

"యేటో మాయలావుంది బాబూ"

'పుట్టింటికి వెళ్ళియుండునా?"

'అంతవారు కారనా, బాబూ? కోప గించితే చెప్పలేనుగాని ఆడారు చదువునేర్పిస్తే యేటౌతది?"

సంభాషణల ద్వారా సస్పెన్సు పెంపుదల, కథాభివృద్ధి

"విద్య విలువనీకేం తెలుసురా, రామా!" అని గోపాలరావు మోచేతులు బల్లపైనా, వాని నడుమ తలయుంచి యోచించుచుండ కమలిని చేవ్రాలు నొక యుత్తరము కాన వచ్చెను. దానిని చదువ సాగెను.

సమస్య తీవ్రతరం చెయ్యబడుతోంది. కథ మళుపు తిరుగుతుంది.

"అయ్యా"

"'ప్రియ' పోయి 'అయ్యా," కాడికి వచ్చెనా?"

"పెయ్య పోయిందా బాబూ!"

"మూర్ఖుడా! ఊరుకో"

హాస్యం

"అయ్యో! పదిదినములాయె రాత్రుల నింటికి మీరాకయే నేనెరుగను. మీటింగు లకు బోవుచుంటి మంటిరి. లోకోపకార కరములగు నుద్యమముల నిదుర మాని చేయుచుంటి మంటిరి. మా చెలుల వలన నిజము నేర్చితిని. నేనింటనుండుటను గదా మీరు కల్లలు పలుకవలసివచ్చె. నేను పుట్టింట నున్న మీ స్వేచ్ఛకు నిర్బంధ మును, అసత్యమునకు అవకాశమును కలుగ కుండును. మీచే దిన దినమునకు అసత్య మాడించుటకన్న మీత్రోవకు అడ్డుగ నుండ కుండుటయే, పతి మేలుకోరిన సతికి కర్తవ్యముకాదా? నేనీరేయి కన్న వారింటికి జనియెద, సంతసించుడు, వెచ్చముగాక యేపాటి మిగిలియున్నను దయ యుంచుడు."

ఉత్తరము ముగించి "నేను పశువును" అని గోపాలరావు అనెను.

"అదేమిటి?బాబూ, అలాశలవిస్తారు?"

"శుద్ధ పశువును!"

రాముఁడు అతి ప్రయత్నముచే నవ్వు ఆచుకొనెను.

"గుణవతి విద్యానిధి, వినయ సంపన్ను రాలు, నా చెడు బుద్ధికి తగినశాస్తి చేసినది."

"యేటి చేసినారు బాబూ?"

"పుట్టింటికి వెళ్ళిపోయినది! గాని నీకు తెలియకుండా ఎలా వెళ్ళిందిరా?

"రాముఁడు రెండడుగులు వెనుకకు నడిచి నాను తాంగున్నాను కావాలబాబూ! అలకచేస్తే, చెప్పచాల్ను కాని బాబూ! ఆడదాయి చెప్పకుండా పుట్టినారింటికి యెల్తానంటే లెంపలాయించి కూకో బెట్టాలి

లేఖ ద్వారా
నేపధ్య విషయాల వివరణ,
సస్పెన్సు పెంపుదల.

పరోక్ష
పాత్రీకరణ.

నాటకీయ
వ్యంగ్యం

సహజ సంభాషణల ద్వారా
కథాభివృద్ధి

పాత్రోచిత సంభాషణలు.

గాని, మొగోరిలాగ రాతలూ, కోతలూ మప్పితే ఉడ్డోరం పుట్టదా బాబూ?"

"ఓరి మూర్ఖుడా! భగవంతు సృష్టిలో కెల్లా ఉత్కృష్టమయిన వస్తువ విద్యనేర్చిన స్త్రీ రత్న మే. శివుడు పార్వతికి సగం దేహం పంచియిచ్చాడు. యింగ్లీషువాడు భార్యను బెటర్ హాఫ్ అన్నాడు. అనగా పెళ్లాము మొగునికన్న దొడ్డది అన్నమాట బోధపడ్డాదా?

"నాకేం బోదకాదు బాబూ!" రామునికి నవ్వు ఆచుకొనుట అసాధ్యమగుచుండెను.

'నీకూతురు బడికి వెడుతున్నది కదా! విద్య విలువ నీకే బోధపడుతుంది. అలా వుండనియ్యి కాని నువ్వో నేనో బయలుదేరి చంద్రవరం వెళ్లాలి. నేను నాలుగు రోజులు దాకా కదలడముకు వీలుబడదు. నువ్వ తాతలనాటి నౌఖరువు వెళ్ళి కమలిని తీసుకురా. కమలినికి యేమి జెప్పవలెనో తెలిసిందా?"

యేటా, బాబూ! బాబు నయీాపు పగలేసినారు, రండమ్మా అంతాను"

"దెబ్బలమాట మర్చిపో కొట్టినందుకు మరి యెన్నడు ఆపూసెత్తకు, కమలినితో గాని తప్పిజారి అనబోయేవు సుమా?"

"అనను బాబూ"

"నువ్వు చెప్పవలసిన మాటలు చెబుతాను. బాగావిను పంతులికి బుద్ధివచ్చింది. యిక యెన్నడూ సానులపాట వినరు. రాత్రులు యిల్లుకదలరు, యిది ఖరారు తెలిసిందా? మిమ్ములను గెడ్డముపట్టుకుని బతిమాలు కున్నానని చెప్పమన్నారు. దయ తలచి ఆయన లోపములు బయలు పెట్టక

హాస్యం

కథ మరోమళుపు తిరుగుతుంది.

నాటకీయ వ్యంగ్యం

రెండు మూడు రోజులలో వెళ్లిపోయి రమ్మన్నారు. మీరు లేనిరోజో యుగముగా గడుపుతున్నారు అని నిపుణతగా చెప్పు తెలిసిందా?"	సంఘర్షణ పర్యవసానం పాత్రలోబడుతుంది
"తెలిసింది; బాబూ!"	
"యేమని చెబుతావో, నాతో వొకమాట చెప్పు."	
రాముఁడు తలగోకుకొనుచు "యేటా, యేటా, అదంతా నాకేం తెలిదు బాబూ, నానంతానూ, అమ్మా! నా మాటినుకొండి. కాలం గడిపినోణ్ణి ఆడారు యెజమాని చెప్పినట్టల్లా యిని పల్లకుండాలి. లేకుంటే మా పెద్ద పంతులార్లాగ అయ్యగారుకూడా సానమ్మ నుంచుగుంతారు మీ శెవులో మాట, పట్టంలోకి బంగార బొమ్మలాంటి సానమ్మ వచ్చింది. మరి పంతులు మనసు మనసులో లేదు. ఆపై మీ సిత్తం! అంతాను."	క్లైమాక్స్
"ఓరి వెధవా!" అని గోపాలరావు కోపముతో కుర్చీలో నుంచి లేచి నిలచెను.	
ఊసవలె రాముఁడు వెలికెగసెను.	
అంతట మంచము క్రిందనుండి అమృత నిష్యందినియగు కలకల నగవును, కర కంకణముల హృద్యారావమును విన నయ్యెను.	ఆశ్చర్యకరమైన ముగింపు

ఈ విధంగా కథావిశ్లేషణము చేసి మనం వివిధ కథలు ఏరీతిగా వ్రాయబడు తున్నాయనేది గమనించాలి.

ప్రారంభదశలో మాత్రమే ప్రతి రచయితా ఇది చేయవల్సిన పని. దీనివల్ల శిల్ప విషయంలో లోటులేని కథలను రాయడం సాధ్యపడుతుంది; నిర్మాణకౌశలం పెంపొందు తుంది.

ఎనిమిదవ అధ్యాయం:

భావ విహంగాలను ఎగరేయండి!

సంక్షిప్త కథాసాహిత్య చరిత్ర:-

"కథలు చెప్పాలి. వినాలి అనేకోరిక మానవ నైజంలో ఇమిడిఉన్న గుణాల్లో ఒకటి; కథాకథనం బహుశా ప్రపంచంలోని అన్ని కళల్లోకి పురాతనమైనదీ అందరూ ఎక్కువగా ప్రేమించేదీని." - ఎం. ఇ. స్పీయర్.

మానవాళిలో ఊహాశక్తితోబాటే కథ జనించిందనవచ్చు. కాని చారిత్రకదృష్ట్యా ఆరువేల సంవత్సరాల క్రితం నిర్మించబడ్డ ఈజిప్షియన్ గోరీలపై ఉన్న సాంసారిక, సాంఘిక, కల్పనలు - కథల 'ఓ, న, మః' లు అనవచ్చును.

గ్రీకు, లాటిన్‌ల కథాసాహిత్యం, మిగతా యూరోపియన్ కథా సాహిత్యానికి మూలకారణం. మధ్య ఆసియాలో 'అరేబియన్ నైట్సు' కథలు ప్రాచీన మహమ్మదీయ నాగరికతని ప్రతిబింబించేవే. చైనాలో లిఖిత కథా సాహిత్యజననం టాంగ్‌డైనాస్టీ (ఎనిమిది తొమ్మిది, శతాబ్దాల)లో జరిగిందని చెప్పవచ్చు.

ఆధునిక కథల రూపురేఖా విలాసాలకు అంకురార్పణ ప్రఖ్యాత ఇటాలియన్ రచయిత బోకేషియో 'డెకామిరాన్'తో ఆరంభమైందన వచ్చును.

అమెరికాలో కథాసాహిత్యం అక్కడ నివాసాల్నేర్పర్చుకున్న వివిధ దేశీయులవల్ల జన్మించి, అత్యున్నత స్థితికివచ్చింది.

పద్దెనిమిదవ శతాబ్దంలో 'జోహన్ పాల్ లిస్టర్' వోల్టైర్, అలెగ్జాండర్ డ్యూమాలు రొమాంటిక్ యుగపు రచనలు కొనసాగించారు. పందొమ్మిదవ శతాబ్దంలో ఎమిలీజోలా, మొపాసాలు యథార్థవాదపు ఆందోళన ఆరంభించారు. రష్యాలో కథాసాహిత్యం ఆలస్యంగా ఆరంభమైనా అనతికాలంలోనే అభివృద్ధి చెంది, విశ్వకథా సాహిత్యలోకంలో విశిష్టస్థానం పొందింది. టర్జనీవ్. ఛెకోవ్, టాల్‌స్టాయ్, డాస్టొవిస్కీ, గోర్కీలవంటి గొప్ప రచయిత లుద్భవించారు.

భారతదేశంలో ఋగ్వేదం, ఉపనిషత్కథలు మొదలైనవాటితో కథావాఙ్మయం, చాలా ప్రాచీన కాలంలోనే ప్రారంభమైంది. 'బృహత్కథ' 'కథాసరిత్సాగరము', పంచతంత్రము, 'దశకుమార చరిత్రము' మొదలైనవి కొన్ని ప్రాచీన కథాసాహిత్య గ్రంథాలు.

తెలుగులో ఆధునిక గద్య రచనా ప్రారంభకులు కీ.శే. గురజాడ అప్పారావు గారు ఐతే ఆధునిక కాల్పనిక సాహిత్యానికి పునాదులు వేసినవారు కందుకూరి, చిలకమర్తి, పానుగంటి ప్రభృతులు.

గొప్ప కథకుడు:-

"ప్రజల మధ్య హృదయం, భవిష్యత్ లో కూడా కలవాడు గొప్ప కథకుడంటాను."

"కవీ కథకుడూ సవితితల్లి బిడ్డలు; శబ్దం, సంఘటన, పంచుకుని ఎప్పుడో వేరైపోయారు." **- ఇంద్రగంటి హనుమచ్ఛాస్త్రి.**

సర్ ఫిలిప్ సిడ్నీ గొప్పకథకుణ్ణి గురించి చెప్పిన అధికార పూర్వక ప్రవచనం ఈ విధంగా వుంది; "అతడు మీ హృదయాలను స్పందించేటందుకు - చిన్న పిల్లల్ని ఆటల్నుండి, పెద్దవాళ్ళని వెచ్చని స్థలాలనుండి నిలువరించేటంత శక్తిగల - కథతో మీవద్దకు వస్తాడు."

"ఉత్తమ కథకుడు జీవితాన్ని చిత్రిస్తాడు; మానవత్వాన్ని ప్రతిష్ఠిస్తాడు; వివేకాన్ని సృష్టిస్తాడు" అంటారు శ్రీ రాంషా.

యోగ్యతలు:-

కథకులమవడానికి మనకి కావల్సిన యోగ్యతలేమిటి? మనం ఏయే లక్షణాలను అలవర్చుకోవాలి? అనేవి పరిశీలిద్దాం:-

1. కనీసపు ప్రపంచజ్ఞానం:- కథకులమవడానికి యూనివర్సిటి డిగ్రీలూ, పాండిత్యమూ అక్కర్లేదు. కనీసపు ప్రపంచ జ్ఞానాన్ని కలిగి ఉంటేచాలు. విశ్వవిద్యాలయాల ప్రసక్తి లేకుండానే కథకులైనవారెందరో ఉన్నారు.

2. విశ్వసాహిత్య పఠనం:- కథారచనకు పాఠ్యగ్రంథాలు, కథారచనా విధానం తెలిపే పుస్తకాలకంటె ప్రకటింపబడుతున్న అసంఖ్యాక కథా సంపుటాలే అనవచ్చును.

అందువల్ల గొప్పరచయితల కథలను పఠించాలి. ఈ విశ్వసాహిత్య పఠనంవల్లనే మన కథన నైపుణి పెంపొందుతుంది.

3. పరిశీలనాశక్తి:- మనం గొప్ప కథకుల మవడానికి పరిశీలనా శక్తిని పెంపొందించుకోవాలి. సినిమా దర్శకుల్లా, మనం రాయబోయే విషయాల్ని గురించి ఫోటోగ్రాఫిక్ డిటైల్స్ తెల్సుకుని, వాటిని కథలలో చిత్రించడానికి పూనుకోవాలి.

4. ఊహాశక్తి:- కాల్పనిక సాహిత్యంలో ఊహాశక్తికి ప్రముఖస్థానం ఉంది. దాని అవసరాన్ని తక్కువ అంచనా వెయ్యకూడదు. అది కథలకు మూలస్తంభం వంటిది.

ఊహాశక్తి మాయవల్లనే సామాన్య విషయాలు, మామూలు ప్రజలు చూసికూడా గమనించనివి, కథకులు అద్భుతంగా చిత్రించి, చూపగలుగుతారు.

భావనాశక్తి చాలావరకు పుట్టుకతో వచ్చేదే; అయినప్పటికీ దానిని అభివృద్ధి చేసుకోవడం అసాధ్యమైన విషయం కాదు.

5. మనస్తత్వశాస్త్రం:- పాఠకులకు అభిరుచికరమైన కథలను అందివ్వాలనుకుంటే వాళ్ళ మనోభావానుకూలాలైన కథలనే రాయాల్సి ఉంటుంది. పాత్రీకరణని జయప్రదంగా నిర్వహించాలనుకున్నా పాత్రల మానసిక విశ్లేషణము చెయ్యడం అవసరం.

దీనిని బట్టి కథకులకు మనస్తత్వశాస్త్రంలో పరిచయం ఉండడం అత్యావశ్యక మనిపిస్తుంది. కనుక మేధావంతంగానూ అంగీకారయోగ్యంగానూ ఆధునిక జీవితాన్ని గురించి కథలు రాయాలనుకుంటే మనస్తత్వ శాస్త్ర గ్రంథాలను కొన్నింటిని మనం తప్పక చదవాలి.

6. ఆత్మవిమర్శ ఆవశ్యకత:- మనం ఆత్మవిమర్శను అలవర్చుకోవడంవల్ల ఉత్తమ కథలను ప్రజలకు అందించ గలుగుతాం.

రచయితలకు తమ 'మేధాశిశువు' పైన 'మాతృప్రేమ' కలగడం సహజం. కనుక, ఎవరి రచనలు వారికి మంచిగానే తోస్తాయి.

కాని నిస్వార్థుడూ, ఆత్మవిమర్శనా జ్ఞానపరిపూర్ణుడూ అయిన కథకుడు, తీవ్రమైన ఆత్మవిమర్శవలన తన కథలో లోపాన్ని కనుక్కో లేకపోతే, అతణ్ణి సంపూర్ణ లక్షణ సమన్వితుడైన కళాజీవి (ఆర్టిస్టు అనవచ్చును). అని అనలేము.

7. నిష్కాపట్యం:- మనలో నిజాయితీతనం, నిష్కాపట్యం ఉండాలి. నగ్నసత్యాన్ని, జీవితపు యథార్థవిలువల్ని గ్రహించగలిగి ఉండాలి. మనకు తెల్సిన విషయాల్ని, నమ్మిన విషయాల్నే రాయాలి. మన 'సిన్సియారిటి' మీదే మన గెలుపు ఆధారపడుతుంది.

8. విలువనిర్ధారణ చెయ్యకూడదు:- మన కథగొప్పదా? కాదా? అందర్నీ సంతృప్తి పరుస్తుందా? లేదా? అంటూ కథయొక్క విలువని నిర్ధారణ (ఎవేల్యుయేషన్) చేస్తూ కూచోకూడదు. ఆ భారం ప్రచురణ కర్తలకే వొదలాలి.

పేరుపొందిన రచయితలవద్దకు వ్రాతప్రతుల్ని తీసుకెళ్ళి, సలహాలను, అభిప్రాయాలను అడగకూడదు.

ఆర్థిక ప్రయోజనాలు:-

"పనియొక్క మంచితనాన్ని బట్టి సరైన నిష్పత్తిలో భత్యం ముట్టనివృత్తి సాహిత్యకృషే!"

- ట్రౌడ్.

కథలు రాయగానే మనకు దానివలన మూడు రకాలైన ఆర్థిక ప్రయోజనాలు కనపడతాయి.

1. రేడియో ప్రసారం:- మంచి కథలుగా తోచిన వాటిని రేడియో కేంద్రాలకు ప్రసారం నిమిత్తం పంపవచ్చు.

2. పత్రికల్లో ప్రచురణ:- ప్రసిద్ధ వార, మాస పత్రికల్లో ప్రచురించడానికి పంపవచ్చు. పత్రికల్లో ప్రచురణవల్ల, కొంత పారితోషికం లభించడమేగాక మనం ప్రచురించబోయే గ్రంథాలకు కొంతమంది పాఠకుల్ని కూడా పొందగలుగుతాం.

3. గ్రంథ ప్రచురణ:- పత్రికల్లో ప్రకటింపబడిన కథల్ని సంపుటాలుగా వెలువరించవచ్చు.

తగిన పేరు ప్రఖ్యాతులు సంపాదించుకున్నాక ప్రచురణకర్తలు కథలను సంపుటాలుగా వేస్తారు.

ముఖ్య సూచనలు:-

ప్రఖ్యాత బెంగాలీ రచయిత స్వర్గీయ బంకించంద్ర చటర్జీ నూతన రచయితలకు యిచ్చిన ముఖ్య సూచనల్లో కొన్ని అంశాలు ఈ క్రింద పేర్కొనబడ్డాయి:-

1. మీరు కీర్తికోసం ఎప్పుడూ రాయకండి. మీరు యశస్సుకోసమే రాసినట్టయితే అది లభించదు. రచనలు సుందరంగావుంటే యశస్సు అదంటదే వస్తుంది.

2. ధనంకోసం కూడా రాయకండి. ఈ సమయంలో యూరప్‌లో ఎక్కువమంది ధనంకోసమే రాస్తారు. వాళ్ళకి లభిస్తుంది కూడా. కాని మనకి ఇక్కడ ఆ సమయం రాలేదు. ధనంకోసం రాయడంవల్ల ప్రజారంజకముగా, వాళ్ళ అభిరుచుల ప్రకారం రాసే ప్రవృత్తి ప్రబలమవుతుంది. కాని దేశంయొక్క వర్తమానావశ్యకతనుబట్టి ప్రజల అభిరుచిని అనుసరించడం కన్న మీ స్వయం సాంస్కృతికాధారంతో వాళ్ళ అభిరుచుల నిర్మాణావసరం ఎక్కువగావుంది.

3. మీరు మీ మనస్సులో మీ రచన ద్వారా దేశానికి గాని ప్రజలకు గాని శ్రేయస్సు కలగాలనుకుంటే వెంటనే ఆ రకపు రచయితల్లోకి రావాలి.

4. ఏదైనా రచనరాయగానే దాన్ని వెంటనే ప్రచురించాలనుకోకూడదు. కొన్ని రోజులవరకూ దాన్ని వుంచాలి. కొన్నాళ్ళ తర్వాత సంశోధించినట్టయితే కథ ఇంకా సుందరతరంగా తయారవుతుంది.

5. మీకు ఏ విషయాలపై ఎక్కువ అధ్యయనం వుండదో వాటిని వ్యాఖ్యానించరాదు.

6. విద్యాదురంధతని ప్రదర్శించే చేష్టకివొడంబడవద్దు. మీరేవిద్వాంసులైతే మీ గొప్పతనం మీరచనల్లో ప్రకటిత మవుతుంది... ఏ భాషలో అయితే మీకు పూర్తి పరిజ్ఞానంలేదో ఆ భాషా వాక్యాలతో, లేదా గ్రంథాలలోని అంశాల సహాయంతో మీ రచనను ఉధృతం చెయ్యడానికి యత్నించవద్దు.

7. ఎవరిని అనుకరించవద్దు. అనుకరణలవల్ల ఎక్కువగా మంచి గుణాల అనుకరణకంటె దోషాల అనుకరణ జరుగుతుంది. స్వకపోల కల్పితాలకే ఎప్పుడూ ప్రయత్నించండి.

8. మీకు ప్రమాణంలేని విషయాల్ని గురించి వ్రాయవద్దు. సాధారణంగా అవసరంలేని ఎన్నో విషయాల్ని గూర్చిన ప్రమాణాన్ని తెల్సుకునే ఆవశ్యకత మీకు కలుగుతుంది.

('కహానీకళ' నుండి)

భావవిహంగాలను ఎగరేయండి!

మనం సాహిత్యకులమై పేరుపొంద దలుచుకుంటే! 1. కష్టపడి పని చెయ్యాలి. 2. ఓర్మిని కలిగి ఉండాలి. 3. రాయడం ఎప్పటికీ విరమించకూడదు.

అంతే! ఇంక కథలు రాయడమెలా? అనే విషయాల్ని గురించి చెప్పాల్సిందేమీలేదు.

మీలో కథకులవ్వాలనే కోరిక బలంగావుందా? ఐతే భావవిహంగాలను ఎగరేయండి! భావనా శక్తిబోదిత విమానాలలో పయనించండి! సాహిత్య విజయాపేక్షులై, కష్టభరితమైన దైనా, ఆకర్షణీయమైన విహారానికి ఉద్యమించండి! మీ వ్రాతప్రతులకు పెక్కు పత్రికల్లో ఎక్కువగా ఆశ్రయ స్థానాలు లభించుగాక!

నమస్తే!

అనుబంధం:-

తర్వాతి కాలంలో సమీక్షల రూపంలో...

ప్రముఖ పత్రికల, ప్రసిద్ధ కథకుల అభిప్రాయాలు

ఆంధ్రప్రభ - దినపత్రిక : "కథలు రాయడం మాటలతోపని కాదు. ఇది ఒక కళ. దీనిలో అనంతమైన శిల్ప సౌందర్యం ఉంది. కథను ఎలా ప్రారంభించాలి, ఎలా దీనికి క్లయిమాక్స్ సృష్టించాలి, ఎలాముగించాలి అనే అంశాలు ప్రధానంగా ప్రసిద్ధ రచయితల అభిప్రాయాలతో, ఉదాహరణలతో ప్రసిద్ధ కథకులు శ్రీ శౌంఠి కృష్ణమూర్తిగారు రచించిన గ్రంథమిది, కథకులు కాగోరే వారికి ఉపయుక్త మైనది..."

కృష్ణా పత్రిక: ".... ఈ గ్రంథం మొత్తం నూరు పుటలకు మించి లేదు. కాని ప్రతి పుటలో ప్రతి వాక్యం అభ్యాసకునికి ఉపయుక్తమైన భావాన్ని అందిస్తూన్నది. కథాశిల్పంలో సిద్ధహస్తులు కావాలని ఆశించే సాధకులు అవశ్యంగా పఠించి మననం చేయ తగింది. ఈ గ్రంథం..."

ఆంధ్రపత్రిక - దినపత్రిక: "... దీనిలో రచయిత రకరకాల కథలు, అవి వ్రాసే విధానాలు మొదలైన విషయాలన్నీ వివరించి వ్రాశారు. కథలు వ్రాయడ మెలాగో తెల్సినంత మాత్రాన మంచి కథలు రాయడం అలవడదు. కాని శిల్పానికి సంబంధించిన విషయం ఇందులో వివరంగా వ్రాసినందు వల్ల ఇది మొదటగా కథలు వ్రాసే వారికి కొంత వరకు ఉపయోగిస్తుంది..."

ఆంధ్రపత్రిక - వారపత్రిక: ".... కాగితం మీద రెండు వేపులా వ్రాయ వచ్చునా లేదా, పత్రికలకు ఎలా పంపించాలీ వగైరా అతి సాధారణంగా ఉన్న విషయాల దగ్గర్నుంచి అన్ని విషయాలూ వివరంగా రచయిత వ్రాశారు..."

గోలకొండ పత్రిక: "నూతనంగా కథలు వ్రాయగోరే వారికి ఉపయుక్తంగా నుండుటే ఈ గ్రంథం యొక్క ప్రధానోద్దేశం. ఒక దశబ్దానికి పైగా కథలు వ్రాస్తున్న కృష్ణమూర్తి గారి అనుభవాలిందులో ప్రతిబింబిస్తున్నవి. కథలు వ్రాయ ప్రయత్నించువారు దీనివల్ల లాభ పడవచ్చును."

జాగృతి: "...బ్రతుక్కి దగ్గిర బంధువూ, జీవితానికి చిరపరిచితమూ అయిన చిన్న కథను గూర్చి శ్రీ శౌంఠి కృష్ణమూర్తిగారు సేకరించిన తీరు తెన్నులూ ఈ పుస్తకం రూపంపొందాయి.."

కాకతీయ పత్రిక: "...ఈ పుస్తకం 'కథారచన' ను విశ్లేషించి వివరించుటకు ఉద్దేశింపబడినది. కాబట్టి దీన్నొక సిద్ధాంత గ్రంథం అని చెప్పవల్సి వుంటుంది..."

శ్రీ శ్రీపాద సుబ్రహ్మణ్య శాస్త్రి : "...'కథలు రాయడమెలా?' అనే మీ గ్రంథం చదివాను. కథా రచన విషయమై మీ చర్చ సాకల్యంగా ఉంది. కొత్తగా కథలు రాసే వారికి ఉపయోగిస్తుంది..."

శ్రీ ధనికొండ హనుమంతరావు: "... కథలు రాయాలనే కుతూహలం వున్న వారికి ఈ పుస్తకం ఉత్సాహాన్నివ్వటమే గాక, ఒక దారి చూపగలుగుతోంది... కథలు రాసే విధానం మీద మొదటి పుస్తకాన్ని వెలువరించిన మీకు ధన్యవాదాలు."

శ్రీ బుచ్చిబాబు: "... మీ గ్రంథం చదివాను. ఈ రకమైన ఉపయోగకరమైన గ్రంథాలు మన భాషలో లేవు. చిన్న కథలు వ్రాయాలని కుతూహలపడే వారికి ఇది చాలా అభిరుచిని కలిగిస్తుంది. కొంత మంది రచయితల ఆధారంతో కథను విశ్లేషించి కొన్ని నియమాలను ఏర్పరచారు...ఈ పుస్తకం శిల్పాన్ని గురించిన ఆలోచనను రగిలిస్తుంది..." (ఆంగ్లవాక్యాలకు ఆంధ్రీకరణము)

శ్రీ కొడవటిగంటి కుటుంబరావు: "...కథకులు కాబోయేవారు తమ బాధ్యతను తెలుసుకొనటానికి, అయోమయ స్థితిలో కథా రచనను సాగించుతున్న వారు ఒక దారికి రావటానికి ఈ పుస్తకం వినియోగపడగలదని ఆశిస్తున్నాను."

శ్రీ కాళోజీ నారాయరావు: "...కథా రచనకు సంబంధించిన అన్ని అంశాలను సవిస్తరముగ చర్చించి కథారచనకు పూనుకొన దలిచిన తెలుగు ఉత్సాహవంతుల వారి కందరకు ఒక అమూల్య గ్రంథమును సమర్పించినారు."

శ్రీ 'ఉదధి'... "కథా రచనను గురించి 'కథలు రాయడమెలా?' అన్న పుస్తకంలో శ్రీ కృష్ణమూర్తిగారు చర్చించారు. ఇది కథలకు సంబంధించిన 'రిఫరెన్సుబుక్' అనవచ్చు. కృష్ణమూర్తి గారు చాలాకాలం నుండి కథలు వ్రాస్తున్న సాహిత్యకులు."